സംഖ്യകളും ഗണിതവും

AF748614

Nadakkavu, Kozhikode, Kerala, 673011
www. insightpublica.com
e-mail: insightpublica@gmail.com
Title: **Sankhyayum Ganithavum**
(Malayalam)
Author: Somasekharan Poklassary
First Edition: July 2022
Layout: kjvj@insight

Printed and Published by
InsightinPublica Printers & Publishers Pvt. Ltd.
ISBN 978-93-5517-118-4

സംഖ്യകളും ഗണിതവും

സോമശേഖരൻ പൊക്ലാശ്ശേരി

INSIGHT PUBLICA ®

പാലക്കാട് ജില്ലയിലെ കിഴക്കഞ്ചേരിയിൽ 1953ൽ ജനനം. കിഴക്കഞ്ചേരി ഗവണ്മെന്റ് ഹൈസ്കൂൾ, St. തോമസ് കോളേജ് തൃശ്ശൂർ, ഗവ. വിക്ടോറിയ കോളേജ് പാലക്കാട്, IETE, IGNOU എന്നിവടങ്ങളിൽ നിന്ന് വിദ്യാഭ്യാസം. കാലിക്കറ്റ് യൂണിവേഴ്സിറ്റിയിൽ നിന്ന് ഫിസിക്സിൽ ബിരുദം, IETE യിൽ നിന്ന് ഇലക്ട്രോണിക് എഞ്ചിനീയറിംഗ് ബിരുദം, IGNOU വിൽ നിന്ന് MBA ബിരുദം, കമ്പ്യൂട്ടർ എഞ്ചിനീയറിംഗിൽ ബിരുദാനന്തരപഠനം. FACT-FEDO യിൽ Control & Instrumentation വിഭാഗത്തിൽ ചീഫ് എഞ്ചിനീയർ, Middle East ൽ സീനിയർ പ്രൊജക്റ്റ് കൺസൽട്ടന്റ്, സീനിയർ പ്രൊജക്റ്റ് മാനേജർ എന്നീ തസ്തികകളിൽ ജോലി ചെയ്തിട്ടുണ്ട്. തൃപ്പൂണിത്തുറ ഇരുമ്പനത്തു താമസം. കൃഷിയിലും ശാസ്ത്രപ്രചാരണത്തിലും സജീവം. ഇടതുപക്ഷ വീക്ഷണം പുലർത്തുന്നു.

കൃതികൾ: *ശാസ്ത്രചരിത്രത്തിലെ മൊഴിമുത്തുകളും വൈരുദ്ധ്യങ്ങളും, കുട്ടന്റെ ശാസ്ത്രാന്വേഷണങ്ങൾ, ഊർജ്ജത്തിന് വേണ്ടി*

ഭാര്യ : ശ്രീലത (പഞ്ചാബ് നാഷണൽ ബാങ്ക് മാനേജർ ആയി വിരമിച്ചു.
മക്കൾ: വിനീത (ആർക്കിടെക്ട് - കോളേജ് അദ്ധ്യാപിക)
സുനീത (ഇലക്ട്രോണിക് എഞ്ചിനീയർ - ആസ്ട്രേലിയ)

സോമശേഖരൻ പൊക്ലാശ്ശേരി

ഈ പുസ്തകത്തിൽ സംഖ്യകളെയും ബന്ധപ്പെട്ട ഗണിതത്തെ ക്കുറിച്ചുമാണ് പ്രതിപാദിച്ചിട്ടുള്ളത്. കേവലം ഗണിത സമ്പ്രദായത്തിന്റെ ചരിത്രപരമായ വളർച്ച ചൂണ്ടിക്കാണിക്കുന്നതിനു ഉപരിയായി, മനുഷ്യസമൂഹത്തിന്റെ വളർച്ചക്കും ശാസ്ത്രത്തിന്റെ വളർച്ച ക്കും ഗണിതവും സംഖ്യാസമ്പ്രദായം വഹിച്ച പങ്ക് ചൂണ്ടിക്കാണിക്കാനും കുറെയെല്ലാം ശ്രമിച്ചിട്ടുണ്ട്. ശാസ്ത്രസിദ്ധാന്തങ്ങൾ തെളിയിക്കുന്നതിൽ ഗണിതത്തിന് നല്ലൊരു പങ്ക് ഉണ്ടല്ലോ. എന്റെ ഈ സംരംഭത്തിൽ പൂർണ്ണ സഹകരണം നൽകിയ Insight publica ക്കു പ്രത്യേകം നന്ദി.

സോമശേഖരൻ പൊക്ലാശ്ശേരി

ഉള്ളടക്കം

പൂജ്യത്തിന്റെ ('സീറോ'യുടെ) ഉത്ഭവം 9
പൂജ്യം ഉപയോഗങ്ങൾ 12
പൂജ്യവും കലനവും (Zero and Calculus) 14
ശാസ്ത്രത്തിലെ പൂജ്യം 16
പൂജ്യവും സാങ്കേതിക വിദ്യയും 20
നിസർഗ്ഗസംഖ്യകൾ അഥവാ എണ്ണൽസംഖ്യകൾ 23
1 (ഒന്ന്) 25
Pi (π) 29
e (ഓയ്‌ലർ സംഖ്യ) 36
കല്പിത സംഖ്യ (i) 40
അനന്തം (∞) 45
പ്രാചീന സംഖ്യാ സമ്പ്രദായങ്ങൾ 53
മലയാളം അക്കങ്ങൾ 58
അക്ഷരസംഖ്യകൾ 60
ദശാംശ സമ്പ്രദായത്തിലേക്ക 63
ബൈനറി സമ്പ്രദായം (Binary system) 66
ഗുഗോളും ട്രില്യണും 70
ഫിബോനോച്ചിയും സംഖ്യകളും (Fibonacci and Numbers) 72
ത്രികോണമിതിയും ജ്യാമിതിയും മറ്റും 75
യൂക്ലിഡും ജ്യാമിതിയും 80
'ലോഗരിതം ഒരു ഗണിതസഹായി' 83
ക്രമഗുണിതം (Factorial) 87
'ഗണിതത്തിലെ അഞ്ചാമത്തെ പ്രക്രിയ' 91
ഗണിതവും സിറാക്യൂസിലെ ആർക്കിമിഡിസും 95
'ജോർജ് ഗീവർഗീസ് ജോസഫും ഇന്ത്യൻ ഗണിതവും' 98
'ഓയ്‌ലറുടെ മഹത്തായ സമവാക്യം'(Euler's great identity) 101
'സുവർണ്ണ അനുപാതം (Golden ratio)' 104
കെപ്ലർ ത്രികോണം (Kepler Triangle) 109
പാസ്ക്കൽ ത്രികോണവും പാസ്ക്കലും 112
'ഗണിതത്തിന്റെ രാജകുമാരൻ' 116
പൈഥഗോറസ് ത്രയങ്ങൾ (Pythagorus triple) 120
'സംഖ്യാ സിദ്ധാന്തം (Number Theory)' 124
'ഹാർഡിയും രാമാനുജവും പിന്നെ സംഖ്യകളും' 132

പൂജ്യത്തിന്റെ ('സീറോ'യുടെ) ഉത്ഭവം

സീറോ (Zero) എന്ന വാക്ക് ഇംഗ്ലീഷ് ഭാഷയിൽ ഫ്രഞ്ചിൽ നിന്ന് വന്നതാണെന്ന് കരുതപ്പെടുന്നു. ഫ്രഞ്ചിനു ലഭിച്ചതാകട്ടെ ഇറ്റാലിയൻ ഭാഷയിൽ നിന്നുമാണ്. ഇറ്റാലിയനിൽ 'സിറോ'യെ Zefiro, Safira എന്നെല്ലാമാണ് പറഞ്ഞിരുന്നത്. സംസ്കൃതത്തിൽ sunya(ശൂന്യ) എന്നത് അറബിയിലേക്ക് തർജ്ജമ ചെയ്തത് sifr ഉപോയോഗിച്ചാണെന്നു കരുതപ്പെടുന്നു. ഇംഗ്ലീഷിൽ zero ഉപയോഗിച്ചു തുടങ്ങിയത് 1598 മുതലാണ്.

ഇറ്റാലിയൻ ഗണിതജ്ഞനായ ഫിബൊനോച്ചി (Fibonocci 1170-1250) യാണല്ലോ ഡെസിമൽ സമ്പ്രദായം യൂറോപ്പിന് പരിചയപ്പെടുത്തിയത്. അദ്ദേഹം zephyrum എന്നാണ് സീറോയെ വിളിച്ചിരുന്നത്. അതു പിന്നീട് ഇറ്റാലിയനിൽ Zefiro ആയും ഇംഗ്ലീഷിൽ Zero ആയും മാറി എന്നു കരുതാം.

പല ഭാഷകളിലായി Zero പല പേരുകളിലാണ് അറിയപ്പെടുന്നത്. സന്ദർഭത്തിനു അനുസരിച്ച സീറോ (Zero) എന്നർത്ഥം വരുന്ന പല പദങ്ങളും ഉപയോഗിക്കുന്നു. Lacking, nothing, none, nought, naught, എന്നിവയെല്ലാം അവയിൽ ചിലതാണ് പുരാതന ഈജിപ്തുകാർ 10 അടിസ്ഥാനമായ സംഖ്യകളാണ് ഉപയോഗിച്ചിരുന്നത്. അവർക്കു Zero നു ഒരു ചിഹ്നം ഉണ്ടായിരുന്നുവെങ്കിലും പ്രചുരപ്രചാരത്തിലായിരുന്നില്ല.

രണ്ടാം മില്ലേനിയം BC കാലത്തു ബാബിലോണിയക്കാർ ഗണിതത്തിൽ സെക്സാജസിമൽ (Sexagesimal) നമ്പർ സമ്പ്രദായം ഉപയോഗിച്ചിരുന്നു. (60 അടിസ്ഥാനമാക്കിയ നമ്പർ സമ്പ്രദായം) അവർക്കു സീറോക്ക് ചിഹ്നം ഇല്ലാത്തതു കൊണ്ട് space ആണ ഉപയോഗിച്ചിരുന്നത്. BC 300 കാലത്തു punctuation symbol (ആശ്ചര്യ ചിഹ്നം) ഉപയോഗിക്കാൻ തുടങ്ങി. ബാബിലോണിയക്കാർക്കു zero ഉപയോഗിക്കുന്നതിൽ വ്യത്യസ്ഥമായ നിബന്ധനകൾ ഉണ്ടായിരുന്നത് കൊണ്ട് അവ വിജയപ്രദമായി നടപ്പാക്കാൻ പറ്റിയില്ല എന്നു വേണം കരുതാൻ.

അമേരിക്കൻ ഭൂഖണ്ഡത്തിൽ മായൻ കാലത്തു 'സീറോ' സമാനമായ രീതികൾ ഉപയോഗിച്ചിരുന്നുവെന്നു പറയപ്പെടുന്നു. മായൻ രീതിയിൽ പൂജ്യം (zero) ഒഴിച്ചുകൂടാൻ പറ്റാത്തതു ആയപ്പോൾ ആമയുടെ തോടിനു സമാനമായ ചിഹ്നമാണ് പൂജ്യത്തിനു ഉപയോഗിച്ചിരുന്നത്.

പുരാതന ക്ലാസിക്കൽ കാലഘട്ടത്തിലും പൂജ്യത്തിനു ചിഹ്നം (Symbol) ഉണ്ടായിരുന്നില്ല. സ്ഥാനക്രമത്തിൽ പൂജ്യം ഉപയോഗിച്ചിരുന്നില്ല. അതുകൊണ്ടു തന്നെ നമ്പർ എന്ന നിലക്ക് പൂജ്യത്തെപ്പറ്റി വ്യക്തതയുണ്ടായിരുന്നില്ല. അക്കാലത്തെ തത്വചിന്തകന്മാർ ഇങ്ങനെ ചൂണ്ടിക്കാണിച്ചതായി രേഖപ്പെടുത്തിയിരിക്കുന്നു. 'എങ്ങനെയാണ് ഒന്നുമില്ലാത്തതു ചിലതെല്ലാം ആകുന്നത് ?' മദ്ധ്യകാലഘട്ടത്തിൽ മതനേതാക്കന്മാർക്കും, തത്വചിന്തകന്മാർക്കും പ്രകൃതിയെപ്പറ്റിയും പൂജ്യത്തെപ്പറ്റിയും ശൂന്യതയെപ്പറ്റിയും വ്യക്തമായ ധാരണകൾ ഉണ്ടായിരുന്നില്ലെന്ന് വേണം കരുതാൻ.

ഹൈപ്പർക്കസ്സിന്റെയും ബാബിലോണിയക്കാരുടെയും സ്വാധീനഫലമായി AD 150 ൽ ടോളമി പൂജ്യത്തിനു ഗണിത ജ്യോതിശാസ്ത്രത്തിൽ ചിഹ്നം (-) ഉപയോഗിച്ചിരുന്നു. ഇതായിരിക്കണം ആദ്യമായി രേഖപ്പെടുത്തിയ പൂജ്യത്തിന്റെ ഉപയോഗം. ഇത്തരത്തിൽ ആദ്യമായി പൂജ്യം ഉപയോഗപ്പെടുത്തിയത് ശാസ്ത്രത്തിലാണെന്നു കാണാം. കണക്കുകൂട്ടലിനായി ആദ്യം പൂജ്യം ഉപയോഗിച്ചത് AD 311 ലാണെന്നാണ് കരുതപ്പെടുന്നത്.

BC മൂന്നാം നൂറ്റാണ്ടിൽ ജീവിച്ചിരുന്ന പിൻഗാല എന്ന സംസ്കൃത പണ്ഡിതനാണ് ബൈനറി (Binary) സമ്പ്രദായം ആദ്യമായി ഉപയോഗിച്ചു കാണുന്നത്. അദ്ദേഹം ചെറിയ സംഖ്യകൾ എന്നും വലിയ സംഖ്യകൾ എന്നുമാണ് സംഖ്യകളെ വേർതിരിച്ചത്. പൂജ്യത്തെ ഒരു സംഖ്യ എന്ന നിലയിൽ ദശാംശ സമ്പ്രദായത്തിൽ ഉപയോഗിച്ചു തുടങ്ങിയത് ഗുപ്താ ഭരണകാലത്തു അഞ്ചാം നൂറ്റാണ്ടിലാണ്. ഏഴാം

നൂറ്റാണ്ടിലാണ് കൂടുതൽ വ്യക്തമായ തെളിവുകൾ ഉള്ളത്. ഇന്നത്തെ 0 -ന്റെ മുൻഗാമിയായി ആ കാലത്ത് പൂജ്യം അടയാളപ്പെടുത്തിയിരുന്നത് വലിയ കുത്ത് (dot) ആയിട്ടായിരുന്നു. ആര്യഭട്ടയുടെ കാലത്ത് തന്നെ പൂജ്യം ഉപയോഗിച്ചു കൊണ്ടുള്ള ദശാംശ സമ്പ്രദായം (Decimal system) ഉപയോഗിച്ചു തുടങ്ങിയിരുന്നു. അക്കാലത്ത് തന്നെ പൂജ്യങ്ങൾ കൂട്ടിയാൽ പൂജ്യം തന്നെയാണെന്നും, പൂജ്യം കൊണ്ട് ഹരണം നടത്തുന്നതു തെറ്റാണെന്നുമുള്ള നിഗമനത്തിൽ എത്തിയിരുന്നു. പൂജ്യത്തെ ശൂന്യം എന്നാണ് അക്കാലത്ത് പറഞ്ഞിരുന്നത്.

ശാസ്ത്രത്തിനും ഗണിതത്തിനും ധാരാളം സംഭാവനകൾ ചെയ്ത അറബി ഭാഷ, പല വിവരങ്ങളും ഗ്രീക്ക് ഭാഷയിൽ നിന്നും ഇന്ത്യൻ ഭാഷകളിൽ നിന്നുമാണ് ഉൾക്കൊണ്ടത്.

AD 313ൽ ഇന്ത്യൻ സംഖ്യാസമ്പ്രദായം ഉപയോഗിച്ച് പേർഷ്യൻ ഗണിതജ്ഞൻ മുഹമ്മദ് ബിൻ കവറസ്മി (Muhammad IBN Musa Al Khwarizmi) വാനനിരീക്ഷണപട്ടിക തയ്യാറാക്കി. അദ്ദേഹത്തിന്റെ പുസ്തകം പ്രസിദ്ധീകരിക്കപ്പെട്ടതു പൂജ്യത്തെക്കുറിച്ചുള്ള വിവരങ്ങളും ഉൾപ്പെടുത്തിക്കൊണ്ടാണ്. ഈ പുസ്തകം 12-ആം നൂറ്റാണ്ടിൽ ലാറ്റിൻ ഭാഷയിലേക്കു തർജ്ജമ ചെയ്യപ്പെട്ടു. ഈ പുസ്തകത്തിൽ 'Algorithm' സമ്പ്രദായത്തെപ്പറ്റി വ്യക്തമായ വിവരങ്ങൾ ഉണ്ടായിരുന്നു.

AD 976ൽ അഹമ്മദ് അൽ കവറസ്മി വൃത്തരൂപം പൂജ്യത്തിന്റെ ചിഹ്നമായി ഉപയോഗിക്കുന്നതിനെപ്പറ്റി സൂചിപ്പിച്ചിരുന്നു.

പതിനൊന്നാം നൂറ്റാണ്ടിലൂടെ ഇൻഡോ-അറബിക് സംഖ്യാ സമ്പ്രദായം യൂറോപ്പിൽ പ്രചാരത്തിലായി. അറബികളും, സ്പാനിഷ് മുസ്ലിമുകളും, മൂർ വംശരുമാണ് ദശാംശ സമ്പ്രദായത്തിൽ അധിഷ്ഠിതമായ സംഖ്യാസമ്പ്രദായം പ്രചരിപ്പിച്ചത്. അതുകൊണ്ടു തന്നെ അറബിക് സംഖ്യാ സമ്പ്രദായം എന്നു അറിയപ്പെട്ടു. ഒന്നു തൊട്ട് 9 വരെയുള്ള സംഖ്യകളും sign 0 യും ചേർന്നു ഏതു സംഖ്യയും എഴുതാമെന്നായി. (ആദ്യകാലങ്ങളിൽ സീറോ sign 0 എന്നാണ് അറിയപ്പെട്ടത്)

പൂജ്യം ഉപയോഗങ്ങൾ

ക്ലിപ്തമായ സമയങ്ങളിൽ നടക്കേണ്ടതും നിശ്ചയിച്ചിരുന്നതുമായ പരിപാടികളെ സൂചിപ്പിക്കാനായി പല സ്ഥലങ്ങളിലും പൂജ്യം (Zero) ഉപയോഗിക്കുന്നുണ്ട്. അവയിൽ ചിലതു താഴെ പറയുന്നവയാണ്.

പൂജ്യം മണിക്കൂർ (Zero hour)

ചില പാർട്ടികൾക്കോ മറ്റു ചില പരിപാടികൾക്കോ നിശ്ചയിച്ചിരുന്ന സമയത്തെ ബന്ധപ്പെടുത്തിയാണ് സീറോ മണിക്കൂർ എന്നു പറയുന്നത്. പാർലിമെന്റിനെയും അസംബ്ലിയെയും ബന്ധപ്പെടുത്തിയും 'Zero hour' എന്നു പറയാറുണ്ട്

പൂജ്യം തീയ്യതി (Zero date)

ഒരു പ്രവർത്തിക്കുള്ള തുടക്കത്തിനുള്ള സമയം, തിയതി, മാസം, ഇവയെല്ലാം സൂചിപ്പിക്കുന്നതിനാണ് 'Zero date' എന്നു പറയുന്നത്.

സീറോ പോയിന്റ് (Zero point)

തുടക്കവുമായി ബന്ധപ്പെട്ടാണ് സീറോ പോയിന്റ് എന്നു പറയുന്നത്. സീറോ പോയിന്റിൽ നിന്നും നിർദ്ധിഷ്ട പോയിന്റിലേക്കു ദൂരത്തെ x, y കോ ഓർഡിനേറ്റുകളെ അടിസ്ഥനമാക്കി (x, y) എന്നു പറയുന്നു.

സീറോ എറർ (Zero Error)

ശാസ്ത്രീയ ഉപകരണങ്ങൾ അളവിന് ഉപയോഗിക്കുമ്പോഴുള്ള പ്രയോഗമാണിത്. സീറോ അളവ് എടുക്കുമ്പോൾ ഉപകരണത്തിനുള്ള error നെയാണ് ഇത് ഉദ്ദേശിക്കുന്നത്.

Zero state of mind

മാനസികമായ പ്രവർത്തനങ്ങൾ നിശ്ചലമാകുന്ന സ്ഥിതിവിശേഷണമാണ് ഇത്. ഇത്തരത്തിലുള്ള ഘട്ടത്തിൽ മിക്ക കാര്യങ്ങളിലും നിർവികാരമായിരിക്കും സ്ഥിതി.

ഇന്ത്യൻ സംഭാവനയായ പൂജ്യം (Zero)

ഗണിതത്തിൽ ഇന്ത്യയുടെ സംഭാവനകൾ അമൂല്യങ്ങളാണ്. പ്രത്യേകിച്ച് ഇന്ത്യൻ ഗണിതത്തിന്റെ സംഭാവനയായ പൂജ്യം(Zero) ഗണിതശാഖയുടെ വളർച്ചയെ വളരെയധികം സഹായിച്ചിട്ടുണ്ട്. ഇത് പ്രസിദ്ധഗണിതജ്ഞനും തത്വചിന്തകനുമായ ബർട്രൻഡ് റസ്സൽ പല ഘട്ടത്തിലും ചൂണ്ടികാണിച്ചിട്ടുണ്ട്.

കൗണ്ട് ഡൌൺ (Count down)

ബഹിരാകാശ റോക്കറ്റുകൾ വിക്ഷേപണം ചെയ്യുന്നത് 'സീറോ 'സമയത്താണല്ലോ. ഇത്തരത്തിലുള്ള പ്രധാന കാര്യങ്ങൾ ചെയ്യുമ്പോൾ വിവിധ വകുപ്പുകളുടെയും ജോലിക്കാരുടെയും ഏകോപനം ആവശ്യമാണല്ലോ. വിവിധ ശാസ്ത്രജ്ഞരും ഗ്രൂപ്പുകളും പ്രത്യേകം കാര്യങ്ങൾക്കുച്ചുമതല വഹിക്കുന്നു. എല്ലാ ഗ്രൂപ്പുകളും തങ്ങളുടെ പ്രവർത്തികളിൽ വ്യാപൃതരാവുന്നു. ഓരോ പ്രധാനപ്പെട്ട പ്രവൃത്തി പൂർത്തിയാക്കുമ്പോഴും മുകളിൽ നിന്നും താഴോട്ട് എണ്ണുന്ന സമ്പ്രദായം (Count down) നടപ്പാക്കുന്നു. 10, 9, 8, 7, 6, 5, 4, 3, 2, 1, 0 എന്നിങ്ങനെ എണ്ണി പൂജ്യത്തിൽ എത്തുന്നതോടെ റോക്കറ്റ് വിക്ഷേപണം നടത്തുന്നു. ഇത്തരത്തിലുള്ള കൗണ്ട് ഡൌൺ പല പ്രധാന പരിപാടികൾ നടപ്പാക്കാൻ ഉപയോഗിക്കുന്നു.

സിറോ ലൈൻ (Zero line)

തെർമോ മീറ്ററിലെ സീറോ ലൈൻ അതിനു താഴെയും മുകളിലുമുള്ള ഊഷ്മാവിനെ വേർതിരിക്കുന്നു. അതുപോലെ മറ്റു അളവ് ഉപകരണങ്ങളിലും സീറോ ലൈനുകൾ കാണും.

BC യും AD യും

BC, AD എന്നെല്ലാം പറയുന്നത് ഗ്രിഗോറിയൻ കലണ്ടറിനെ ആസ്പദമാക്കിയാണല്ലോ. യേശുക്രിസ്തുവിന്റെ ജന്മത്തെ ബന്ധപ്പെടുത്തിയാണല്ലോ BC, AD എന്നെല്ലാം പറയുന്നത്. പക്ഷെ പല ചരിത്രകാരന്മാർക്കും ക്രിസ്തുവിന്റെ ജന്മദിനത്തെപ്പറ്റി വ്യത്യസ്ഥ അഭിപ്രായമാണ് ഉള്ളത്. ഇവിടെ പൂജ്യം വർഷത്തെപ്പറ്റി വ്യക്തമായ അടിസ്ഥാനമുണ്ടെന്നു പറയുക വയ്യാ.

AD 1 നു തൊട്ട് മുൻപുള്ള വർഷത്തെ BC 1 എന്നാണ് പറയുന്നത്.

പൂജ്യവും കലനവും (Zero and Calculus)

കലനത്തിന് (Calculus) പൂജ്യം ഒഴിച്ച് കൂടാനാവാത്തതാണ്. പൂജ്യമില്ലാത്ത എഞ്ചിനീറിങ്ങിനെയോ ഓട്ടോമാഷനെയോ (automation) ആലോചിക്കാനാകുമോ? പൂജ്യമില്ലാതിരുന്നെങ്കിൽ ആധുനിക കാലത്തെ പുരോഗതിയും സാങ്കേതികവിദ്യയുടെ വളർച്ചയും എങ്ങിനെയെന്ന് ചിന്തിക്കുന്നത് തന്നെ അസാദ്ധ്യമാണ്. സീറോ എന്നത് ഒരു game changer തന്നെയാണ്. ഇതെല്ലാം സൂചിപ്പിക്കുന്നത് സംഖ്യാസമ്പ്രദായത്തിൽ പൂജ്യത്തിനുള്ളത് അതുല്യ സ്ഥാനമാണ്.

അതുപോലെതന്നെ പൂജ്യമില്ലെങ്കിൽ ആധുനിക ഇലക്ട്രോണിക്സിനും കമ്പ്യൂട്ടറിനും ആധാരമായ ഡിജിറ്റൽ സമ്പ്രദായത്തിന് അർത്ഥമില്ലല്ലോ.

അതിസൂക്ഷ്മസംഖ്യകളും പൂജ്യവും

പൂജ്യത്തോട് വളരെ അടുത്തു നിൽക്കുന്നതും എന്നാൽ വളരെ ചെറിയതും പൂജ്യമല്ലാത്തതുമായ സംഖ്യകളാണ് infinitesimal (അതിസൂക്ഷ്മ) സംഖ്യകൾ എന്നു പറയുന്നത്. മുൻകാലങ്ങളിൽ കലനത്തെ (Calculus) Infinitesimal calculus (അതിസൂക്ഷ്മ കലനം) എന്നാണ് പറഞ്ഞിരുന്നത്. അനന്തം (Infinity) എന്നത് infinitesimal (അതിസൂക്ഷ്മ സംഖ്യകളുടെ) reciprocal ആണ്.

പൂജ്യം ഗണിതത്തിലെ 'Limit' എന്ന ആശയത്തിൽ എത്തിചേരാനും അതിലൂടെ കലനത്തിലെ (Calculus) differential calculus എന്ന ശാഖക്ക വളർച്ചയൊരുക്കാനും കാരണമായി. ഗണിതത്തിന്റെ വളർച്ചയിൽ പ്രത്യേകിച്ച് കലനത്തിന്റെ (Calculus) വളർച്ചയിൽ പൂജ്യം നിർണ്ണായകമായ പങ്കു വഹിച്ചിട്ടുണ്ട്.

ഉദാഹരണമായി x=0 ആണെങ്കിൽ 1/x എന്നതിന്റെ മൂല്യം നിർവ്വചിക്കാൻ സാദ്ധ്യമല്ല. X ന്റെ മൂല്യം കുറയുമ്പോൾ 1/x ന്റെ മൂല്യം കൂടുന്നു. X പൂജ്യത്തോട് അടുക്കുമ്പോൾ 1/x അനന്തത്തോട് അടുക്കുന്നു. അതായത x->0 (x tends to zero) 1/x അനന്തത്തിലേക്കു(Infinity) എത്തുന്നു.

ഗണിതത്തിൽ പല വിഭാഗങ്ങളും വളരാനും വികസിക്കാനും പൂജ്യം (Zero) വളരെയധികം സഹായിച്ചിട്ടുണ്ട്. അവയിൽ ചിലതാണ് സെറ്റ് സിദ്ധാന്തം (Set theory), ആനുപാതിക യുക്തി (Proportional logic), അമൂർത്ത യുക്തി (Abstract algebra), ലാറ്റിസ് സിദ്ധാന്തം (Lattice theory), കമ്പ്യൂട്ടർ ശാസ്ത്രം, സംഖ്യാ സമ്പ്രദായം (Number system), ബീജഗണിതം (Algebra), ഗ്രൂപ്പ് സിദ്ധാന്തം (Group theory) തുടങ്ങിവ.

പൂജ്യം ഉപയോഗിച്ചുകൊണ്ട് ഗണിതത്തിന്റെയും ശാസ്ത്രത്തിന്റെയും മേഖലകളിൽ പ്രാഥമികമായ ഉത്തരം ലഭിക്കാനും സിദ്ധാന്തം രൂപവൽക്കരിക്കാനും കഴിഞ്ഞിട്ടുണ്ട്.

ത്രികൊണമിതിയിൽ (Trigonometry) പൂജ്യം ഉപയോഗിച്ചുള്ള ratio കൾ Sin(0)=0, Cos(0)=1, tan(0)=0, Cos(90) =0, Sin(180)=0, Cos(270)=0 തുടങ്ങിയവായണല്ലോ. അനലിറ്റിക്കൽ ജ്യോമതിയിലും vector അൽജിബ്രയിലും പൂജ്യം വളരെ ഉപകാരപ്രദമാണ്.

ഗണിതത്തിൽ നിരവധി ഉത്തരങ്ങൾ പൂജ്യത്തിന്റെ സഹായത്താൽ സാദ്ധ്യമാണ്. ഗണിതത്തിലെ പല ശാഖകളും ശാസ്ത്രവും ഇത്തരം ഘട്ടങ്ങളിൽ പരസ്പര പൂരകങ്ങളായി പ്രവർത്തിക്കുന്നു

ശാസ്ത്രത്തിലെ പൂജ്യം

ബലതന്ത്രത്തിൽ (Mechanics) രണ്ടു തുല്യവും വിപരീതവുമായ ശക്തികൾ കൂടിച്ചേരുമ്പോൾ അവ പരസ്പരം ഇല്ലാതാവുന്നു.

Zero-ഓർഡർ രാസപ്രക്രിയ

Reactants (രാസപ്രക്രിയയിൽ പങ്കെടുക്കുന്ന പദാർത്ഥങ്ങൾ) കൂട്ടുകയോ കുറയുകയോ ചെയ്യുന്നതുകൊണ്ട് രാസപ്രക്രിയയുടെ വേഗത കൂട്ടുകയോ കുറയുകയോ ചെയ്യുന്നില്ല. ഇത്തരം പ്രക്രിയയാണ് zero-ഓർഡർ രാസപ്രക്രിയ.

Empty Space (ശൂന്യമായ സ്പേസ്)

ഭൗതികത്തിലെ ശൂന്യമായ സ്പേസ് എന്നുള്ളത് ജോഡികളായ (Pairs) പാർട്ടിക്കിൾസ്, ജോഡികളായ ഫോട്ടോൺസ്, ജോഡികളായ ഗ്രാവിറ്റോൺസ് എന്നിവയെല്ലാം തുടർച്ചയായി കാണപ്പെടുന്ന സ്ഥലമാണ്. ഇവ ഒരു നിമിഷം അകന്നു പോകുകയും അതിനു ശേഷം ചെറിയ സമയത്തിനുള്ളിൽ അവ തിരിച്ച് വന്നു കൂടിച്ചേരുകയും ചെയ്യുന്നു. ക്വാണ്ടം ബലതന്ത്രപ്രകാരം ഇതു ശൂന്യകാശത്തിൽ നടക്കുന്ന നിരന്തര മായ പ്രക്രിയയാണ്.

പ്രപഞ്ചത്തിൽ ഒന്നും പൂജ്യത്തിലെത്തുന്നില്ല !

ക്വാണ്ടം ബലതന്ത്രത്തിലെ അസംഭാവ്യതാസിദ്ധാന്തം (Uncertainty principle) പ്രകാരം ശൂന്യമായ സ്പേസ് പാർട്ടി ക്കിളുകളും ആന്റി പാർട്ടിക്കിളുകളും ചേർന്നാണ് പ്രവർത്തിക്കുന്നത്.

ഇത്തരത്തിലുള്ള പാർട്ടിക്കിളുകൾ ചേർന്ന ഭീമമായ ഊർജ്ജമാണ് ഉണ്ടാകുന്നത്. അതുകൊണ്ടു തന്നെ അസംഭാവ്യതസിദ്ധാന്തം പ്രകാരം ശൂന്യപ്രപഞ്ചം എന്നു പറയുന്നതിന് വലിയ അർത്ഥമൊന്നുമില്ല. അതു പോലെത്തന്നെ അസംഭാവ്യത സിദ്ധാന്ത പ്രകാരം വളരെ സൂക്ഷ്മത ലത്തിൽ ഒന്നിനും പൂജ്യം ആവാൻ പറ്റില്ല. അത്തരത്തിലുള്ള അളവ് സാദ്ധ്യമല്ല താനും. അതുകൊണ്ടു തന്നെ സൂക്ഷ്മതലത്തിൽ പൂജ്യം, ശൂന്യമായ സ്പേസ് എന്നെല്ലാം പറയുന്നതിന് വലിയ അർത്ഥമില്ലെന്ന് പറയേണ്ടി വരും.

പൂജ്യം ചാർജ്

പോസിട്രോണിലും ഇലെക്ട്രോണിലും ക്രമത്തിൽ പോസിറ്റീവും നെഗറ്റീവും ആയ ഇലക്ട്രിക് ചാർജ്ജുകളാണല്ലോ ഉള്ളത്. താൽക്കാല ത്തേക്കാണെങ്കിലും അവ ന്യൂട്രലൈസ് ചെയ്തു ചാർജ് പൂജ്യമാകുന്നു.

Zero point Energy (പൂജ്യം ഊർജ്ജം)

ഒരു വസ്തുവിന്റെ സീറോ പോയിന്റ് എനർജി എന്നതു absolute zero-ൽ വസ്തുവിനുള്ള ഗതികോർജ്ജമാണ്. (Kinetic energy). ക്വാന്റം ബലതന്ത്രപ്രകാരം ഏറ്റവും കുറഞ്ഞ ഊർജ്ജമാണിത്.

കേവല പൂജ്യം (Absolute zero)

കേവല പൂജ്യം (Absolute zero) എന്നതു വസ്തുവിലെ മോളിക്യൂളുക ളുടെ താപം മൂലമുള്ള ചലനമില്ലാത്ത സ്ഥിതിവിശേഷണമാണ്.

സാദ്ധ്യമായ ഏറ്റവും കുറഞ്ഞ ഊഷ്മാവ് -273.15 ഡിഗ്രി സെൽസിയസ് ആണ്. പൂജ്യം Kelvin എന്നും പറയും ഇതാണ് കേവല പൂജ്യം (Absolute zero) ഊഷ്മാവ്. സാധാരണ നിലയിൽ ഈ ഊഷ്മാവിൽ എത്താൻ സാദ്ധ്യമല്ല.

Zero Entropy(സിറോ എൻട്രോപ്പി)

തെർമോ ഡയനാമിക്സിന്റെ മൂന്നാമത്തെ നിയമപ്രകാരം ഒരു വ്യ വസ്ഥയുടെ എൻട്രോപ്പി, aboslute സിറോയിൽ സമതുലാവസ്ഥയിൽ ആയിരിക്കും. എൻട്രോപ്പി എന്നത് ക്രമഭംഗതിന്റെ (Disorder) അഥവാ വ്യവസ്ഥയില്ലായ്മയുടെ അളവാണ്.

സിറോ വാലൻസി (Zero Valancy)

അപൂർവ വാതകങ്ങൾ (Zero Valancy) സീറോ വാലൻസ് ആയവയാണ്. അപൂർവ വാതകങ്ങൾ (Inert gases) നോബിൾ വാതകങ്ങൾ (Noble gases) എന്നും അറിയപ്പെടുന്നു. ഇവ മറ്റു

പദാർത്ഥങ്ങളുമായി രാസപ്രക്രിയയിൽ പങ്കെടുക്കാറില്ല ഹീലിയം, ആർഗോൺ, ക്രിപ്റ്റൺ, നിയോൺ എന്നിവ നോബിൾ നോബിൾ വാതകങ്ങളാണ്. ഇവ മറ്റ പദാർത്ഥങ്ങളുമായി യോജിക്കാത്തതു കൊണ്ട് ഇവയുടെ വാലൻസി സീറോ ആണ്.

കമ്പ്യൂട്ടർ സയൻസ്

0, 1 എന്നിവ മാത്രം ഉപയോഗിച്ചുള്ള സംഖ്യാ സമ്പ്രദായമാണ് ബൈനറി. (2 അടിസ്ഥാനമാക്കിയ നമ്പർ സമ്പ്രദായം) ഡിജിറ്റൽ യന്ത്ര ങ്ങളിലും കമ്പ്യൂട്ടറുകളിലും ഉപയോഗിക്കുന്നത് ഈ സമ്പ്രദായമാണ്.

നൾ പോയിന്റർ (Null pointer)

കമ്പ്യൂട്ടർ പ്രോഗ്രാമിലെ പോയിന്റർ യാതൊരു ഓബ്ജക്റ്റിനെയോ ഫങ്ക്ഷനെയോ പോയിന്റ് ചെയ്യുന്നില്ലെങ്കിൽ അതിനെ നൾ പോയിന്റർ (Null pointer) എന്നു പറയുന്നു. (പ്രോഗ്രാമിൽ 0 യെയാണ് നൾ പോയിന്റർ(Null pointer) ആക്കിമാറ്റുന്നത്.)

നിഴൽ രഹിതദിവസം (Zero Shadow Day)

നിഴൽ രഹിത ദിവസം എന്ന പ്രതിഭാസം latitude 23.5 ഡിഗ്രി തെക്കുഭാഗത്തിനും 23.5 ഡിഗ്രി വടക്കുഭാഗത്തിനും ഇടയിലുള്ള സ്ഥല ങ്ങളിൽ കാണുന്നു.

സീറോ ഗ്രാവിറ്റി (Zero gravity)

സീറോ ഗ്രാവിറ്റി അഥവാ ഭാരമില്ലാത്ത അവസ്ഥ എന്നതു ഒരു വസ്തുവോ മനുഷ്യനോ അനുഭവിക്കുന്ന അവസ്ഥയാണ്. ഗ്രാവിറ്റിയുടെ സ്വാധീനം കുറയും തോറും ഭാരം കുറയുന്ന അവസ്ഥ ഉണ്ടാകുന്നു.

ബഹിരാകാശ സഞ്ചാരികൾ ശൂന്യാകാശത്തിൽ ഭാരം കുറയുന്ന അവസ്ഥ അനുഭവിക്കുന്നു

സീറോ ലെവൽ (Zero level)

താരതമ്യത്തിനു വേണ്ടി ഒരു ടാങ്കിലെ പൂജ്യം ലെവൽ നിജപ്പെടുത്ത ണമല്ലോ. അതുപോലെ ഊഷ്മാവിന്റെ പൂജ്യം ലെവൽ, ശബ്ദഡെസിബെ ല്ലിന്റെ സീറോ ലെവൽ എന്നിങ്ങനെയെല്ലാം ഉണ്ടല്ലോ. ഭൗതികത്തിൽ സിറോ പോയിന്റ് എനർജി എന്നു പറയുന്നത് നിലവിലുള്ള ഏറ്റവും കുറഞ്ഞ തോതിലുള്ള ഊർജ്ജത്തെ സൂചിപ്പിക്കാനാണ്.

ബയോളോജിക്കൽ സീറോ (Biological Zero)

ഒരു പ്രത്യേക ഊഷ്മാവിന് താഴെ ജന്തുക്കളിലോ സസ്യങ്ങളിലോ യാതൊരു വിധത്തിലുമുള്ള ജൈവമാറ്റങ്ങൾ ഉണ്ടാകാത്തതോ

അത്തരം മാറ്റങ്ങൾ അവഗണിക്കാൻ പറ്റുന്നതോ ആയ സ്ഥിതിയിൽ എത്തുന്നു. ഈ ഊഷ്മാവിനെയാണ് ബയോളോജിക്കൽ സീറോ എന്നു പറയുന്നത്.

സീറോ അവശിഷ്ടകൃഷി (Zero Waste Agriculture):

സുസ്ഥിരമായ കൃഷി സമ്പ്രദായത്തിൽ അവശിഷ്ടങ്ങൾ ഒന്നും തന്നെ ഉണ്ടാകാത്ത വിവിധത്തിലുള്ള കൃഷി സമ്പ്രദായമാണിത്. അവശിഷ്ട ങ്ങൾ പരസ്പരം ഉപയോഗിക്കാൻ പറ്റുന്നതോ അല്ലെങ്കിൽ കൃഷിക്ക് ഉപയോഗിക്കാൻ പറ്റുന്നതോ ആക്കി മാറ്റുകയാണ് ചെയ്യുന്നത്.

സീറോ ടില്ലാജ് (Zero Tillage)

മണ്ണിനു യാതൊരു വിധത്തിലുള്ള കുഴപ്പവും ഉണ്ടാകാത്ത വിധത്തി ലുള്ള കൃഷി സമ്പ്രദായമാണ് ഇത്. ഈ സമ്പ്രദായത്തിലൂടെ മണ്ണിന്റെ ജലാംശം വർദ്ധിക്കുകയും മണ്ണിന്റെ ഫലഭൂയിഷ്ഠി വർദ്ധിക്കുകയും മണ്ണൊലിപ്പ് കുറയുകയും ചെയ്യുന്നു.

ജല ചക്രം (Water cycle)

സമുദ്രത്തിലും തടാകത്തിലും നദീതടത്തിലും ഉള്ള ജലം ബാഷ്പീകരി ച്ച അന്തരീക്ഷത്തിലേക്ക് ഉയരുകയും കാർമേഘങ്ങളായി രൂപാന്തരപ്പെ ട്ട മഴ പെയ്യുകയും ചെയ്യുന്നു. ഇത്തരത്തിലുള്ള ജലചക്രം പ്രകൃതിയെയും ജീവജാലങ്ങളെയും സംരക്ഷിച്ച നിർത്തുന്നു

പൂജ്യവും സാങ്കേതിക വിദ്യയും

പൂജ്യം വ്യത്യാസം (Zero Difference)

രണ്ടു ജനറേറ്ററുകൾ ഇലക്ട്രിക്കൽ ഗ്രിഡിൽ കണക്റ്റ് ചെയ്യുമ്പോൾ ഫേസ് (Phase), ഫേസ് ആംഗിൾ, തരംഗ സ്വഭാവം എന്നിവയെല്ലാം ഒരുപോലെ ആയിരിക്കണം. ഇത്തരമൊരു അവസ്ഥയെയാണ് synchronisation എന്നു പറയുന്നത്. ഈ ഒരു സാഹചര്യത്തിലാണ് ഗ്രിഡ് കണക്ഷൻ സാദ്ധ്യമാകുന്നത്. ഈ സാഹചര്യത്തെയാണ് Zero difference എന്നു പറയുന്നത്.

പൂജ്യം ഈർപ്പം (Zero Moisture)

വൈദ്യുതി ട്രാൻസ്ഫോർമറുകളിലെ ഇൻസുലേഷനുകളിൽ ഈർപ്പമില്ലാത്ത അവസ്ഥ ഉണ്ടാവേണ്ടതാണ്. ഇതിനുവേണ്ടി ട്രാൻസ്ഫോർമറുകൾ ഓവൺ (Oven) ഉപയോഗിച്ച് ചൂടാക്കുന്നു. ഇൻസുലേഷനകത്തെ ഈർപ്പമില്ലാതാക്കിയതിനു ശേഷമേ ട്രാസ്ഫോമറുകൾ ഉപയോഗിക്കാൻ പറ്റുകയുള്ളു. ഇത്തരമൊരു അവസ്ഥയെ പൂജ്യം ഈർപ്പം (Zero moisture) എന്നു പറയുന്നു.

പൂജ്യം കേടുപാട് (Zero defect):

Zero Defect (പൂജ്യം കേട്)

ഗുണനിലവാരം ഉറപ്പാക്കുന്നതിന്റെയും അളക്കുന്നതിന്റെയും ഭാഗമായി യാതൊരു കെട്ടുപാടുമില്ലാത്ത ഉപകരണത്തെയാണ് Zero Defect എന്നു പറയുന്നത്.

Zero Discharge

പരിതിസ്ഥിതിക്കു നാശമുണ്ടാക്കുന്ന അവശിഷ്ടങ്ങൾ പത്യേകിച്ച് വ്യവസായങ്ങളിൽ നിന്നു ഉണ്ടാകാത്ത സ്ഥിതിയാണ് ഇത്..ഇത്തര മൊരു അവസ്ഥയിൽ മലിനജലം ഒഴുക്കി കളയുന്നത് വളരെയധികം കുറക്കുകയും ജലം പുനരുപയോഗത്തിന് വേണ്ടി ശുദ്ധീകരിച്ച സജ്ജ മാക്കുകയും ചെയ്യുന്നു.

ചക്രത്തിന്റെ കണ്ടുപിടുത്തം

വൃത്താകൃതിയിലുള്ള ഉപകരണങ്ങളെയെല്ലാം ഒരർത്ഥത്തിൽ ഏകദേശ വൃത്തമായാ പൂജ്യവുമായി ബന്ധപ്പെടുത്താമല്ലോ. ഇങ്ങനെ നോക്കുമ്പോൾ പ്രകൃതിയിൽ ചന്ദ്രൻ, സൂര്യൻ, നക്ഷത്രങ്ങൾ തുടങ്ങി വൃത്താകൃതിയിലോ, ഗോളാകൃതിയിലോ ഉള്ള സാധനങ്ങളും ഉപകരണ ങ്ങളും നിരവധിയാണ്. വൃത്താകൃതിയിലുള്ള ചക്രത്തിന്റെ കണ്ടുപിടുത്തം മനുഷ്യപുരോഗതിയിലേക്ക് നയിച്ച സംഗതി തന്നെയാണല്ലോ.

Zero based budget
(പൂജ്യം അടിസ്ഥാനമാക്കിയ ബഡ്ജറ്റ്)

പൂജ്യം അടിസ്ഥാനമാക്കിയ ബഡ്ജറ്റ്, ആകെക്കൂടിയുള്ള വരു മാനത്തിൽ നിന്നു മൊത്തം ചെലവ് കുറച്ചാൽ പൂജ്യം (0) ലഭിക്കുന്ന വിധത്തിലുള്ള ബഡ്ജറ്റ് ആണ്.

ഭവന നിർമ്മാണ ചാതുര്യം

വിവിധ മതസ്ഥരുടെ ആരാധനാലയങ്ങളിൽ വൃത്താകൃതിയിലും, ഗോളാകൃതിയിലും അർദ്ധഗോളാകൃതിയിലും ഉള്ള ധാരാളം ചിഹ്നങ്ങൾ ഉപയോഗിക്കുന്നുണ്ടല്ലോ. ഗോളാകൃതിയിലോ അർദ്ധ ഗോളാകൃതി യിലോ ഉള്ള ധാരാളം ടോമ്പുകൾ നിലവിലുണ്ട്.

പ്രകൃതിയിലെ വൃത്തചിഹ്നങ്ങളും ഗോളകൃതികളും

സമമിതിയും (Symetry) ഗുരുത്വ ആകർഷണവുമായി ബന്ധപ്പെട്ട് പ്രകൃതിയിൽ വസ്തുക്കൾ പൂജ്യവുമായി ബന്ധപ്പെട്ട ഏകദേശ വൃത്ത ത്തിലോ ഗോളാകൃതിയിലോ ആകുന്നു. ഇത് പല പുഷ്പങ്ങളിലും കായ്ക നികളിലും മറ്റു ഭൗതിക വസ്തുക്കളിലും ദൃശ്യമാണ്.

ഓരോ കാര്യങ്ങൾക്കു വേണ്ടി പ്രത്യേക തരത്തിൽ പൂജ്യത്തെ നമ്മൾ ഉപയോഗിക്കുന്നുവെങ്കിലും യഥാർത്ഥ ജീവിതത്തിൽ യഥാർത്ഥ സംഖ്യകളുമായി ബന്ധപ്പെട്ട പൂജ്യം (Zero) അതായതു Abstract Zero, അതു തന്നെയാണ് നിത്യജീവിതത്തിലെ ആവശ്യങ്ങൾക്കും

എല്ലാ പരീക്ഷണങ്ങൾക്കും അടിസ്ഥാനമായി കണക്കാക്കുന്നതും വിവരസാങ്കേതിക വിദ്യക്കും വിനിമയത്തിനും (Communication) ഉപയോഗിക്കുന്നതും. ഇന്ന് നമ്മൾ എത്തി നിൽക്കുന്ന ഗണിതശാസ്ത്രത്തിന്റെയും ശാസ്ത്രസാങ്കേതികവിദ്യയുടെയും ചരിത്രം, പൂജ്യത്തിന്റെയും കൂടിയുള്ള ചരിത്രമാണ്

നിസർഗ്ഗസംഖ്യകൾ അഥവാ എണ്ണൽസംഖ്യകൾ

നിസർഗ്ഗസംഖ്യകൾ അഥവാ എണ്ണൽസംഖ്യകൾ 1, 2, 3.... തുടങ്ങി എല്ലാ എണ്ണൽ സംഖ്യകളും അനന്തമായി തുടർന്നു പോകുന്നു എന്നുള്ളത് വാസ്തവമാണ്. എല്ലാ എണ്ണൽ സംഖ്യകൾക്കു മുൻപിലും പിൻപിലും സംഖ്യകൾ കാണും. എന്നാൽ എണ്ണൽ സമ്പ്രദായത്തിൽ ഒന്നിലും 1 നു മുൻപായി പൂജ്യം 0 (Zero) ഉണ്ടായിരുന്നില്ല. സീറോ (Zero) അഥവാ പൂജ്യത്തെ പ്രതിഷ്ഠിച്ചത് വളരെക്കാലത്തിനു ശേഷമാണു. മലയാളത്തിൽ പൂജ്യം എന്നും ഇംഗ്ലീഷിൽ zero എന്നും പറയുമ്പോൾ തന്നെ മറ്റു ഭാഷകളിൽ അറിയപ്പെടുന്നത് മറ്റു പേരുകളിലാണ്. വളരെ ക്കാലം സീറോ dot (.) ആയി ആണ് രേഖപ്പെടുത്തിയിരുന്നത് പൂജ്യം എന്നത് '0' എന്നു രേഖപ്പെടുത്താൻ തുടങ്ങിയത് കഴിഞ്ഞ മൂന്നു നൂറ്റാണ്ടിനകത്താണ്.

പൂജ്യത്തെ ഒരു സംഖ്യയായി പ്രത്യേകിച്ച് ഇരട്ട സംഖ്യയായി ആണ് കരുതുന്നത്. പൂജ്യം എന്നത് പോസിറ്റീവായതോ നെഗറ്റീവായതോ ആയ സംഖ്യയായി കണക്കാക്കാൻ പറ്റില്ല. പൂജ്യത്തിനു താഴെയുള്ളവ നെഗറ്റീവ് സംഖ്യകളും പൂജ്യത്തിനു മുകളിലുള്ളവ പോസിറ്റീവ് സംഖ്യകളുമാണ്.

പൂജ്യം ഒരു അവിഭാജ്യസംഖ്യയോ (Prime number) മിശ്രസംഖ്യയോ അല്ല. അനന്തമായ ഘടകങ്ങൾ (Factors) ഉള്ളതുകൊണ്ട് പൂജ്യം ഒരു അവിഭാജ്യസംഖ്യയല്ല

പൂജ്യം ഏറ്റവും ചെറിയ നെഗറ്റീവ് അല്ലാത്ത സംഖ്യയാണ്. പൂജ്യം (Zero) എന്നത് ഒരു യഥാർത്ഥ ഭിന്നകമാണ്. (Rational number). പൂജ്യത്തെ വാസ്തവിക സംഖ്യയായും (Real Number) സങ്കല്പികമായ സംഖ്യയായും (Imaginary) കണക്കാക്കാം.

പൂജ്യം എന്നത് വാസ്തവികസംഖ്യയുടെയും (Real numbers) സാങ്കല്പികസംഖ്യയുടെയും സംഗമസ്ഥലമാണ്.. ഇതിനെ ഒറിജിനൽ, സീറോ പോയിന്റ് എന്നെല്ലാം പറയുന്നു. ഫക്ടോറിയൽ 1 നെ ചിഹ്നത്തിലൂടേ രേഖപ്പെടുത്തുന്നത് L1 അല്ലെങ്കിൽ 1! എന്ന രേഖപ്പെടുത്തിയാണ്. 1!=1. അതുപോലെ തന്നെ L0! അല്ലെങ്കിൽ 0!=1

X^0 =1=x/x if x not equal to 0.. പൂജ്യമല്ലാത്ത ഏതു സംഖ്യയുടെയും exponent സീറോ ആണെങ്കിൽ അതിന്റെ ഫലം 1 ആണ. അതുപോലെ $0^x = 0$. ഇത് x ന്റെ മൂല്യം എന്താണെങ്കിലും ബാധകമാണ്

a/0, (-a)/0 എന്നിവ നിർവ്വചിക്കാൻ പറ്റാത്തവയാണ് (Undefined). പൂജ്യത്തിനു (Zero) ഗുണനവിപരീതം (Inverse) ഇല്ല. അതുപോലെ തന്നെ 0/0 എന്നതും നിർവ്വചിക്കാൻ പറ്റാത്തതാണ് (Undefined). പൂജ്യം കൊണ്ട് ഹരണം നടത്താൻ പറ്റില്ല എന്നത് ഗണിതത്തിലെ ഒരു ലിഖിത നിയമമായി കണക്കാക്കേണ്ടതാണ്.

പൂജ്യത്തോട് അടുത്തുനിൽക്കുന്ന ദശാംശസംഖ്യകളെയാണ് അതിസൂക്ഷ്മ ദശാംശസംഖ്യകൾ (Infinitesimal) എന്നു പറയുന്നത്. ഗണിതശാസ്ത്രപരമായി പൂജ്യവും അതിസൂക്ഷ്മദശാംശസംഖ്യയും തമ്മിൽ കൃത്യമായ ചില വ്യത്യാസമുണ്ട്. പൂജ്യം എന്നത് ഒരു സ്ഥിരസംഖ്യയാണ്. (Fixed Number). അതിസൂക്ഷ്മദശാംശസംഖ്യ (Infinitesimal) പൂജ്യത്തോട് വളരെ അടുത്തുനിൽക്കുന്ന അസ്ഥിരമായ ദശാംശസംഖ്യയാണ്. X എന്നത് അതിസൂക്ഷ്മദശാംശസംഖ്യയാണെങ്കിൽ x^2, x^3, x^4 എന്നിവയെല്ലാം പൂജ്യത്തോട് കൂടുതൽ അടുത്തുനിൽക്കുന്ന ദശാംശസംഖ്യകളാണ് ഇത്തരത്തിലുള്ള വിശകലനങ്ങൾ തന്നെയാണ് calculus എന്ന ഗണിതശാസ്ത്രശാഖയുടെ ഉത്ഭവത്തിനു കാരണമായത്

1
(ഒന്ന്)

1 (ഒന്ന്), യൂണിറ്റ്, യൂണിറ്റി (ഏകത)എന്നെല്ലാം പറയുന്നത് ഒരു സംഖ്യയെ സൂചിപ്പിക്കാൻ ഉപയോഗിക്കുന്ന അക്കമാണ്. യൂണിറ്റ് എന്നത് എണ്ണാനും അളക്കാനും ഉപയോഗിക്കുന്ന ഒരു സത്ത (Entity) കൂടി ആണ്. ഒരു യൂണിറ്റ് നീളമുള്ള കഷണം (Segment) എന്നും പറയാറുണ്ട്. 1 എന്നത് ഏറ്റവും ചെറിയ പോസിറ്റീവ് സംഖ്യയാണ്. 1 എന്നത് അനന്തശ്രേണിയുടെ ആദ്യത്തെ സംഖ്യയാണ്. അതിനു ശേഷം രണ്ടു. മറ്റു നിർവചനപ്രകാരം 1 എന്നുള്ളത് രണ്ടാമത്തെ സ്വാഭാവികസംഖ്യയാണ്. ആദ്യ സംഖ്യയായ 0 ക്കു ശേഷമുള്ള സംഖ്യ

1 ന്റെ അടിസ്ഥാനപരമായ ഗുണം ഗണിതപരമായ ഐഡന്റിറ്റിയാണ് (Mathematical Identity). ഏതൊരു സംഖ്യയും ഒന്ന് കൊണ്ട് ഗുണിച്ചാൽ കിട്ടുന്ന ഉത്തരം ആ സംഖ്യ തന്നെയാണല്ലോ. നിലവിലെ സമ്പ്രദായമനുസരിച്ച് 1 നെ ഒരു പ്രൈം (prime) സംഖ്യയായല്ല കണക്കു കൂട്ടുന്നത്. ഇക്കാര്യത്തിൽ 20-ആം നൂറ്റാണ്ടിൽ ചില വ്യത്യസ്ഥമായ അഭിപ്രായങ്ങളുണ്ടായിരുന്നു..

ഏതൊരു സംഖ്യയും ഒന്ന് കൊണ്ട് ഗുണിച്ചാൽ ആ സംഖ്യയായിരിക്കുമല്ലോ ഉത്തരം. അതുപോലെ ഒന്നിന്റെ ഫക്ടോറിയൽ(1!) ഒന്ന് തന്നെയാണ്. 1 ന്റെ വർഗ്ഗം (Square), വർഗ്ഗമൂല്യം (Square root), Cube root എന്നിവയെല്ലാം 1 തന്നെയാണ്. ഒന്നിനെ ബന്ധപ്പെടുത്തിയാണ്

empty ഗുണിതം എന്നു പറയുന്നത്. ഒരു സംഖ്യയെ ഒന്നു കൊണ്ട് എത്ര തവണ ഗുണിച്ചാലും ആ സംഖ്യ തന്നെയാവും ഉത്തരം.

1 എന്നത് ഒരു പ്രൈം സംഖ്യയോ കോംപോസിറ്റ് സംഖ്യയോ അല്ല. 1 നെ ഒരു യൂണിറ്റ് ആയി കണക്കാക്കുന്നു

1 ശാസ്ത്രത്തിൽ

1) അളവുകൾ ഇല്ലാത്തവയെ Dimension1 എന്നു പറയുന്നു
2) 1 എന്നത് ഹൈഡ്രജന്റെ ആറ്റോമിക് നമ്പർ ആണ്.
3) +1 എന്നത് പ്രോട്ടോണിന്റെയും പോസിട്രോണിന്റെയും ഇലക്ട്രിക് ചാർജ് ആണ്
4)പീരിയോഡിക് ടേബിളിലെ ഗ്രൂപ്പ് 1 ൽ ആല്ക്കലി ലോഹങ്ങളാണ് ഉള്ളത്.
5) പീരിയോഡിക് ടേബിളിലെ പീരിയഡ് 1 ൽ മൂലകങ്ങളായ ഹൈഡ്രജൻ, ഹീലിയം എന്നിവയാണ് ഉള്ളത്

1 സാങ്കേതിക വിദ്യയിൽ

1) റസിൻ (Resine) പുനരുപയോഗ നിർണ്ണയ കോഡ് ആയി 1 ഉപയോഗിക്കുന്നു.
2) കമ്പ്യൂട്ടറിൽ ഉപയോഗിക്കുന്നത് 1 നെയും 0 യെയും ആസ്പദിച്ചുള്ള സംഖ്യകളുടെ തുടർച്ചയാണ്.
3) ഭൗതികശാസ്ത്രപരമായ ഉപകരണങ്ങളിൽ '1'നെ 'ON' അഥവാ വൈദ്യുതി പ്രവഹിക്കുന്നുണ്ടെന്നു സൂചിപ്പിക്കാനായി ഉപയോഗിക്കുന്നു.
4) പല കമ്പ്യൂട്ടർ പ്രോഗ്രാമിങ്ങിൽ 1 ഉപയോഗിക്കുന്നത് 'TRUE' വിനെ സൂചിപ്പിക്കുവാനാണ്.
5) 1 എന്നത് ASCII കോഡിൽ 'Start of Header ' സൂചിപ്പിക്കാനായി ഉപയോഗിക്കുന്നു.

1 (ഒന്ന്) ഗണിതത്തിൽ:

1) 1 എന്നത് അളവും Absolute(കേവല) മൂല്യവുമാണ്
2) 1 എന്നത് യൂണിറ്റ് complex(സങ്കീർണ്ണ) സംഖ്യ, യൂണിറ്റ് വെക്ടർ, യൂണിറ്റ് മാട്രിക്സ് എല്ലാറ്റിനും അടിസ്ഥാനമാണ്.
3) 1 എന്നത് ഉറപ്പായും നടപ്പാവുന്ന probability (സംഭാവ്യത) ആണ്.
4) കാറ്റഗറി (Category) തിയറിയിൽ 1 എന്നത് ഒരു ടെർമിനൽ

(അവസാന) വസ്തു (Object) ആണ്. (ഗ്രാഫ് തിയറിയിലൂടെ ഗണിത ഘടകങ്ങളും ആശയങ്ങളും രൂപപ്പെടുത്തുന്നതിനെയാണ് കാറ്റഗറി തിയറി എന്നു പറയുന്നത്.)

5) നമ്പർ തിയറി പ്രകാരം 1 എന്നത് Legendre's സ്ഥിരാങ്കത്തിന്റെ മൂല്യമാണ്. (ഗണിതത്തിലെ Legendre സൂക്തത്തിൽ ഉള്ള സ്ഥിരാങ്കമാണ് ഇത്)

6) 1ന്റെ exponential function(1^x) ന്റെ മൂല്യം 1 തന്നെയാണ്.

7) 1 നെ രണ്ടു വിധത്തിൽ ആവർത്തനം (repeat) ചെയ്യുന്ന ദശാംശസംഖ്യയായി എഴുതാം. 1.00000000.........., 0.9999999999999......... എന്നിങ്ങനെ.

8) 1 ന്റെ എല്ലാ ഗുണകങ്ങളും (Coefficients) ഉള്ള ഫങ്ക്ഷൻ (ഉദാഹരണമായി) താഴെ കാണുന്ന പോലെയാണ്

$1/(1-x) = 1+x+x^2+x^3+.......$

If IxI Less than1

Primality (അവിഭാജ്യം)

അവിഭാജ്യ സംഖ്യയുടെ നിർവചന പ്രകാരം സംഖ്യകളെ ആ സംഖ്യകൊണ്ടും 1 കൊണ്ടും മാത്രമേ പൂർണ്ണമായും ഹരണം സാദ്ധ്യമാവുകയുള്ളൂ. കേവലമായ നിർവചന പ്രകാരം 1 നെ ഒരു അവിഭാജ്യ (Prime) സംഖ്യയായി കണക്കാക്കേണ്ടതാണ്. 20 ആം നൂറ്റാണ്ടിന്റെ മദ്ധ്യത്തോടെ ഗണിതശാസ്ത്രപരമായ നിരവധി കാരണങ്ങളാൽ ഗണിതജ്ഞർ 1 നെ അവിഭാജ്യ സംഖ്യയായി കണക്കാക്കേണ്ടതില്ലെന്നു പൊതു തീരുമാനത്തിൽ എത്തുകയായിരുന്നു. ഗണിതശാസ്ത്രപരമായി ഉണ്ടായേക്കാവുന്ന പല സങ്കീർണ്ണതകളും ഒഴിവാക്കാൻ വേണ്ടിയാണു അങ്ങനെയൊരു തീരുമാനമുണ്ടായത്.

തത്വശാസ്ത്രവും ഒന്നും

പ്രാചീന തത്വശാസ്ത്രത്തിൽ ശാസ്ത്രീയമായി യാതൊരെ അടിസ്ഥാനമില്ലാത്ത ചില വിശ്വാസങ്ങൾ ഉണ്ടായിരുന്നു. നിയോ പ്ലാറ്റൊണിസത്തിന്റെ വക്താവായ പ്ലോട്ട്നിസ് (Plotinus മൂന്നാം നൂറ്റാണ്ടിൽ ജീവച്ചിരുന്നു.) തത്വശാസ്ത്രത്തിൽ അന്തിമമായ സത്യം 1 നു മാത്രമാണെന്ന് വിശ്വസിച്ചു. അലക്സാണ്ടറിയയിലെ പിലോ (20BC-AD50) 1 നെ ദൈവത്തിന്റെ നമ്പർ ആയും എല്ലാ നമ്പറുകളുടെയും അടിസ്ഥാനമായും കണ്ടു.

സാഹിത്യം

പല സാഹിത്യകൃതികളിലും, പ്രത്യേകിച്ച് കോമിക് പുസ്തകങ്ങളിൽ 1 ഒരു കഥാപാത്രമാണ്. അതുപോലെ തന്നെ One എന്ന പേര് പറഞ്ഞു സിനിമകളും ഇറങ്ങിയിട്ടുണ്ട്. സ്പോർട്സ്, സംഗീതം എന്നിവയുമായി ബന്ധപ്പെട്ട നിരവധി മേഖലകളിൽ ഒന്നിന്റെ ഇത്തരത്തിലുള്ള ഉപയോഗം ഉണ്ടാകുന്നുണ്ട്.

പശ്ചാത്യനാട്ടുകളിൽ ഉപയോഗിച്ചിരുന്ന 'glyph' (പ്രത്യേക ചിഹ്നം) 1നെയാണ് സൂചിപ്പിക്കുന്നത്. കുത്തനെയുള്ള വരയിൽ മുകളിലും താഴെയും ചെറിയ വരകൾ ആയിട്ടാണ്പലപ്പോഴും 1 നെ അടയാളപ്പെടുത്തുന്നത്. ഇതെല്ലാം പുരാതന കാലത്തെ ബ്രമിക് ലിപിയെയാണ് സൂചിപ്പിക്കുന്നത്. ഒരു പക്ഷെ ഈ ചിഹ്നം അറബികളിലൂടെ പൗരസ്ത്യനാട്ടുകളിൽ പ്രചരിച്ചതാവാം.

പഴയകാലങ്ങളിൽ 1 ന് പ്രത്യേക typeset ഉണ്ടായിരുന്നില്ല. Lower caseലെ അക്ഷരം l ആണ് ഉപയോഗിച്ചിരുന്നത്. പല ഘട്ടങ്ങളിലും ആലങ്കാരികമായി വലിയ അക്ഷരം J യും ഉപയോഗിച്ചിരുന്നു

സംഖ്യാഘടകങ്ങളും സംഖ്യ സമ്പ്രദായങ്ങളും

Cardinal	1 (സംഖ്യ അളവ്)
Ordinal -	1st (നമ്പർ ക്രമത്തിലെ സ്ഥാനം)
Greek prefix	- mono
Latin prefix	-Uni
Number system- unary (ഒന്നു അടിസ്ഥാനമാക്കിയ സമ്പ്രദായം)	
Binary-I(2)	(0, 1 എന്നിവ, 2 അടിസ്ഥാനമായ സമ്പ്രദായം)
Ternay-I(3)	(0, 1, 2 എന്നിവ, 3 അടിസ്ഥാനമായ സമ്പ്രദായം)
Octal- I(8)	(0....7,8 അടിസ്ഥാനമായ സമ്പ്രദായം)
Duo-decimal	(0......11, 12 അടിസ്ഥാനമായ സമ്പ്രദായം)
Hexadecimal	(0......15,16 അടിസ്ഥാനമായ സമ്പ്രദായം)

Pi (π)

എന്താണ് pi (π)? അതൊരു ഗ്രീക്ക് അക്ഷരം π ആണെന്ന് പറയാം. വൃത്തത്തിന്റെ ചുറ്റളവിനെ (Perimeter) വ്യാസം കൊണ്ട് ഹരണം ചെയ്താൽ കിട്ടുന്ന സംഖ്യയാണത്. പെരിമീറ്റർ (Perimeter) എന്നത് perimetron എന്ന ഗ്രീക്ക് വാക്കിൽ നിന്നും Diameter എന്നത് ഡയമെട്രോൺ എന്ന വാക്കിൽ നിന്നും ഉത്ഭവിച്ചതാണ്. വ്യക്തമായി അറിയപ്പെടാത്ത കാരണങ്ങളാൽ പെരിമീറ്റർ (Perimeter) എന്ന വാക്ക്, പോളിഗണിന്റെ (ബഹുഭുജക്ഷേത്രം) ചുറ്റളവിനു മാത്രമായി ഉപയോഗിക്കപ്പെടുകയും വൃത്തത്തിന്റെ (Circle) ചുറ്റളവിനെ സർകംഫ്രൻസ് (Circumference) എന്നു അറിയപ്പെടുകയും ചെയ്തു.

AD 16-ആം നൂറ്റാണ്ടിൽ ജീവിച്ചിരുന്ന ഇംഗ്ലീഷ് ഗണിതജ്ഞനായ വില്യം ഔട്ട്റെഡ് (William Oughtred) സർക്കിളിന്റെ പെരിമീറ്ററിനെ (ചുറ്റളവ്) സൂചിപ്പിക്കുവാൻ 2πr ആയും വ്യാസത്തെ സൂചിപ്പിക്കുവാൻ d യുമാണ് ഉപയോഗിച്ചത്. സ്വിസ്സ് ഗണിതജ്ഞനായ ലിയോൺഹാർഡ് ഓയ്‌ലർ (Leonhard Euler) ആണ് 1732 ൽ വൃത്തത്തിന്റെ ചുറ്റളവും വ്യാസവും തമ്മിലുള്ള റേഷ്യോയെ സൂചിപ്പിക്കുവാനായി π ഉപയോഗിച്ചത്.

ലിയോൺഹാർഡ് ഓയ്‌ലർ

വൃത്തത്തിന്റെയും ആർക്കിന്റെയും അളവുകൾ കണ്ടുപിടിക്കാൻ π യുടെ യഥാർത്ഥമായ വില എന്താണെന്നു കണ്ടു പിടിക്കേണ്ട നില വന്നു. ഹിബ്രൂസ് (Hebrews) π യുടെ വില ദൈവികമായ നമ്പർ എന്ന നിലക്കാണ് 3 ആയി കണക്കാക്കിയതെന്നു പറയപ്പെടുന്നു. ഹിബ്രൂസിന് (Hibrews) സോളമൻ ടെംപിൾ (House of gold) നിർമ്മാണത്തിന് വൃത്താകാരമായുള്ള പല നിർമ്മാണപ്രവർത്തനവും നടത്തേണ്ടി വന്നിരുന്നു. π യുടെ വില മുഴുവൻ നമ്പർ ആയ 3 ആയി മാത്രമേ കണക്കാക്കിയുള്ളൂ. പിന്നീട് വന്ന ആർക്കിടെക്ടുകൾക്കു എവിടെയോ ഒരു പ്രശ്നമുള്ളതായി മനസ്സിലായി. വൃത്താകൃതിയിലുള്ള പല നിർമ്മാണ പ്രവൃത്തികളിലൂടെയും ആർക്കിടെക്ടുകൾ (Architects) നേടിയ പരിചയത്തിലൂടെയും π ന് ഏറ്റവും നല്ല മൂല്യമായി കണ്ടെത്തിയത് 22/7 അഥവാ 3.142857 ആണ്.

ലിയോൺഹാർഡ് ഓയ്‌ലർ

1673-ൽ ജർമൻ ഗണിതജ്ഞനായ ലെബിനിട്സ് (Lebnitz), π യുടെ വില കണ്ടു പിടിക്കാനായി ഒരു ഗണിതശ്രേണി കണ്ടെത്തി -അനന്തമായ ഗണിതശ്രേണി (Infinite series).

1915ൽ π യുടെ മൂല്യം ലുഡോൾഫ് (Ludolf) 35 ദശാംശത്തിനു കണ്ടെത്തി. 1917ൽ ഇംഗ്ലീഷ് ഗണിതജ്ഞനായ എബ്രഹാം ഷാർപ്, 70 ദശാംശത്തിനു π യുടെ മൂല്യം കണ്ടെത്തി. 1873ൽ വില്യം ഷാങ്ക്സ് (William

ശ്രീനിവാസ രാമാനുജൻ

Shanks) 707 ദശാംശത്തിനു π കണക്കു കൂട്ടി. 1949-ൽ ENIAC കമ്പ്യൂട്ടർ ഉപയോഗിച്ച π യുടെ മൂല്യം 2035 ദശാംശ സംഖ്യക്ക് കണക്കു കൂട്ടി.

സമീപകാലങ്ങളിലായി ആവർത്തന അൽഗോരിതത്തിനു പുറമെ പുതിയ അനന്ത ശ്രേണികളും (New infinite series) π കണക്കു കൂട്ടാനും വിശകലനത്തിനും ഉപയോഗിക്കുന്നു. ഗണിതജ്ഞനായ ശ്രീനിവാസ രാമാനുജൻ π കണക്കു കൂട്ടുന്നതിന് ആവർത്തന അൽഗോരിതം (Iterative Algorithm) ഉപയോഗിച്ച ഒരു ഡസനോളം ഫോർമുലകൾ സ്വന്തമായി ആവിഷ്കരിച്ചിട്ടുണ്ട്.

സ്പൈഗോട് (Spigot) അൽഗോരിതം

1995-ൽ സ്പൈഗോട് (Spigot) അൽഗോരിതം ഉപയോഗിച്ച π യുടെ കൃത്യമായ മൂല്യം കാണാൻ കൂടുതൽ വാതിലുകൾ തുറന്നിട്ടു.

Spigot അൽഗോരിതം എന്നത് π പോലുള്ള ഉൽകൃഷ്ടസംഖ്യകൾ (Transcedental Numbers) കണ്ടുപിടിക്കാനുള്ള അൽഗോരിതമാണ്. 1995ൽ ഈ അൽഗോരിതം ഉണ്ടാക്കിയത് ഗണിതജ്ഞരായ സ്റ്റാൻലി റാബിനോവിറ്റ്സറും സ്റ്റാൻ വാഗനും ചേർന്നാണ്.

പുരാതന ഇന്ത്യയിൽ π യുടെ മൂല്യം പത്തിന്റെ വർഗമൂല്യം (Square root) ആയി കണക്കാക്കിയിരുന്നു. ആര്യഭട്ടന്റെ കാലത്തു (അഞ്ചാം നൂറ്റാണ്ടു) π യുടെ വില π = 62832/20000 =3.1416 ആയി കണക്കാക്കിയിരുന്നു. ഇത്തരത്തിലുള്ള കണക്കു കൂട്ടലുമായി മുന്നോട്ടു പോകുമ്പോഴും

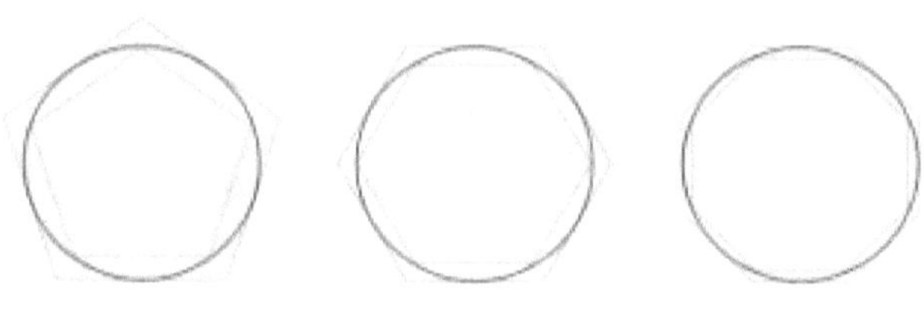

Fig ; പോളിഗൻ approximation

ആർക്കമെഡിസ്

(ആർക്കമെഡിസ് പോളിഗോൺ മാർഗ്ഗം π യുടെ മൂല്യം കണ്ടു പിടിക്കാൻ ഉപയോഗിച്ചു)

നാം ഒന്നോർക്കണം. π ഒരു Irrational number (അനന്തമായ ഭിന്നസംഖ്യ അഥവാ അഭിന്നകം) ആണ്. കൂടുതൽ ദശാംശസംഖ്യകൊണ്ടോ, കൂടുതൽ ശരിയായ ഭിന്നസംഖ്യകൊണ്ടോ കൃത്യത കൂട്ടി രേഖപ്പെടുത്താൻ മാത്രമേ പറ്റുകയുള്ളൂ. ആധുനിക കംപ്യൂട്ടറുകൾ ഉപയോഗിച്ചു ട്രില്യൺ(ലക്ഷം കോടി) ദശാംശസംഖ്യ ഉപയോഗിച്ചു കൊണ്ട് π യുടെ മൂല്യം കണ്ടെത്താൻ സാധിച്ചിട്ടുണ്ട്. കൃത്യതയുടെ ലോകത്തിൽ π യും കൂടുതൽ കൂടുതൽ കൃത്യത നേടുമെന്ന് ഉറപ്പാണ്

18 ആം നൂറ്റാണ്ടിന്റെ മദ്ധ്യം തൊട്ട് 'pi ' എന്നത് π എന്ന ഗ്രീക്ക് അക്ഷരത്തിൽ അടയാളപ്പെടുത്തുന്നു. ഗ്രീക്ക്. ലാറ്റിൻ ഭാഷകളിൽ ഉച്ചരിക്കുന്ന π ആർക്കമെഡിസ് സ്ഥിരാങ്കം എന്നും അറിയപ്പെടുന്നു.

π യുടെ വില 22/7 എന്നു പറയുന്നുണ്ടെങ്കിലും irrational (അഭിന്നകം) സംഖ്യയായത് കൊണ്ട്, മൂല്യം കൃത്യമായ ദശാംശസംഖ്യ സമ്പ്രദായത്തിൽ രേഖപ്പെടുത്തുക സാദ്ധ്യമല്ല. പ്രായോഗിക ആവശ്യത്തിന് വേണ്ടി മൂല്യം കൂടുതൽ ദശാംശ സംഖ്യയിൽ രേഖപ്പെടുത്താമെന്നു മാത്രമേയുള്ളൂ.

ഐസക് ന്യൂട്ടൺ

(ഐസക് ന്യൂട്ടൺ π യുടെ മൂല്യം കാണാൻ അനന്ത ശ്രേണികൾ ഉപയോഗിച്ചിരുന്നു.)

π യെ വൃത്തത്തിൽ നിന്നു വന്ന സംഖ്യ എന്നു പറയാം സംഖ്യകളെ പൂർണ്ണസംഖ്യകൾ, ഭിന്നകങ്ങൾ, അഭിന്നകങ്ങൾ, കരണികൾ എന്നിങ്ങനെ പറയാമല്ലോ. പൂർണ സംഖ്യകൾ ഭിന്നകങ്ങളുടെ ഭാഗമാണ്. കരണികൾ അഭിന്നകങ്ങളുടെ ഭാഗമാണ്. കരണികളിൽ പെടാത്ത അഭിന്നകങ്ങളിൽ ഒന്നാണ് π. വൃത്തതിന്റെ പരിധിയും വ്യാസവും തമ്മിലുള്ള അംശബന്ധത്തെയാണ് π സൂചിപ്പിക്കുന്നത്.

ജ്യോമിതീയമാർഗ്ഗങ്ങൾ /പോളിഗൻ approximation

ബാബിലോണിയക്കാർ π യുടെ വില 3 (1/8) ആയിട്ടാണ് കണ്ടിരുന്നത്. മൂന്നാം നൂറ്റാണ്ടിൽ ചൈനയിൽ π യുടെ മൂല്യം 3.1416 ആയിയാണ് കണക്കാക്കിയിരുന്നത്. ഭാരതത്തിൽ വരാഹമിഹരൻ π യുടെ മൂല്യം (AD 499 ൽ), 3 (177/1250)= (3.1416) എന്നും, ആര്യാഭട്ടൻ 68832/20000 എന്നും ബ്രഹ്മഗുപ്തൻ Sq.root(10) എന്നും ആയാണ് കണ്ടിരുന്നത്.

ആർക്കമീഡിസ് ഉപയോഗച്ച പോളിഗൻ മാർഗ്ഗം 1220ൽ 3.1418 എന്ന മൂല്യത്തിൽ എത്തി. ഇറ്റാലിയൻ എഴുത്തുകാരനും തത്വചിന്തകനമായ ഡാൻടെ 3.14142 എന്ന മൂല്യത്തിൽ എത്തിച്ചേർന്നു.

പേർഷ്യൻ ജ്യോതിശാസ്ത്രജ്ഞനായ അൽക്കാർസ്മി 9 സെക്സജസിമലിന് (16 ഡെസിമലിന് തുല്യം) π യുടെ മൂല്യം കണ്ടു. 1696 ൽ ഡച്ച ഗണിതജ്ഞൻ 20 സംഖ്യക്ക് π യുടെ മൂല്യം കണ്ടെത്തി.

അനന്തശ്രേണികൾ

17, 18 നൂറ്റാണ്ടുകളിൽ അനന്തശ്രേണികൾ π യുടെ മൂല്യനിർണ്ണയത്തിൽ ഉപയോഗിച്ചുതുടങ്ങിയതോടെ വിപ്ലവാൽമകമായ ചില മാറ്റങ്ങൾ ഉണ്ടായി. അനന്തശ്രേണികളുടെ ഉപയോഗം, π കണക്കു കൂട്ടലിൽ വ്യാപകമായി ഉപയോഗിച്ച തുടങ്ങി. 14, 15 നൂറ്റാണ്ടുകളിൽ π കണക്കു കൂട്ടാൻ യൂറോപ്യൻ ഗണിതജ്ഞരായ ഗ്രിഗറിയും G.W.ലിബിനിറ്റ്സും അനന്തശ്രേണിയെ വളരെയധികം ഉപയോഗപ്പെടുത്തിയെങ്കിലും, ഈ മാർഗ്ഗത്തിന്റെ ഉത്ഭവം ഇന്ത്യയിൽ നിന്നാണെന്നു പറയേണ്ടി വരും. ഇന്ത്യൻ ജ്യോതിശാസ്ത്രജ്ഞൻ വരാഹമിഹരനും കേരള സ്കൂളിലെ ഗണിത ജ്യോതിശാസ്ത്രജ്ഞർക്കും അനന്തശ്രേണികളെക്കുറിച്ച് വ്യക്തമായ വിവരം ഉണ്ടായിരുന്നു. AD 1500ൽ 'തന്ത്രസമുച്ചയ' എന്ന ഗ്രന്ഥത്തിൽ ഇതിനെക്കുറിച്ച് വ്യക്തമായി പ്രതിപാദിക്കുന്നുണ്ട്. സംഗമഗ്രാമത്തിലെ മാധവൻ (1350-1425) sine, cosine, tangent എന്നിവക്കെല്ലാം വേണ്ടി അനന്തശ്രേണികൾ ഉണ്ടാക്കിയിട്ടുണ്ട്. പിന്നീട് ഈ അനന്തശ്രേണികളെ മാധവശ്രേണികൾ, എന്നും ഗ്രിഗരി -ലിബിനിറ്റ്സ് ശ്രേണികൾ എന്നും പറയപ്പെടുന്നു. AD 1400ൽ മാധവ അനന്തശ്രേണി ഉപയോഗിച്ച π യുടെ മൂല്യം 11 അക്കത്തിനു കണ്ടെത്തി.. 1671-74 കാലഘട്ടത്തിൽ മാധവ ശ്രേണിയിൽ മാറ്റം വരുത്തി ജോൺ -മേക്കിൻ താഴെക്കാണുന്ന ശ്രേണി ഉപയോഗിച്ച π യുടെ മൂല്യം 100 ഡിജിറ്റിൽ കണ്ടെത്തി..

$\pi/4 = 4 \arctan 1/5 - \arctan 1/239$---

കമ്പ്യൂട്ടർ യുഗത്തിലും ഈ ഫോർമുല തന്നെ π യുടെ മൂല്യം കാണാൻ ഒരു റെക്കോർഡായി 250 കൊല്ലത്തോളം നിലനിന്നു. 1946-ൽ ഡാനിയർ ഫർഗസനാണ് ഉത്തമമായ മറ്റൊരു approximation (അപ്രൊക്സിമേഷൻ) ഉപയോഗിച്ച് π യുടെ മൂല്യം 620 അക്കത്തിനു തിട്ടപ്പെടുത്തിയത്

പ്രസിദ്ധ ഗണിതജ്ഞൻ എബ്രഹാം ഷാർപ് 1859ൽ π യുടെ മൂല്യം കാണാൻ മറ്റൊരു ഫോർമുല രൂപപ്പെടുത്തി.. 707 അക്കത്തിനു കണ്ടെത്തിയെങ്കിലും 528 ആമത്തെ അക്കത്തിൽ ഒരു തെറ്റ് പറ്റിയതിനാൽ അംഗീകരമില്ലാതായി.

സർ ഐസക് ന്യൂട്ടൺ തന്നെ π യുടെ മൂല്യം കാണാൻ അനന്തശ്രേണികളെ ഉപയോഗപ്പെടുത്തിയിട്ടുണ്ട്.

π കാണുന്നതിനുള്ള ചില അനന്തശ്രേണികൾ താഴെ പറയുന്നവയാണ്

ഫ്രഞ്ച് ഗണിതജ്ഞനായ ഫ്രാൻകോയിസ് വെയ്റ്റെ (1953)

2/π = v2/2 × v(2+(v2))/2 × v(2+ (v2+(v2)))/2 --------

ജോൺ വാൽറ്റിസ് ശ്രേണി (1655)

π/2 = ((2*2)/(1*3))×((4*4)/(3*5))*((6*6)/(5*7)) ×........

ഗ്രഗറി - ലെബനിസ് ശ്രേണി

(ഇതിനെ മാധവ-ലെബനിസ് സൂക്തം എന്നും പറയാറുണ്ട്)

π = (4/1)- (4/3)+(4/5)-(4/7)+(4/9)-(4/11)+4/2-.....

15 ആം നൂറ്റാണ്ടിൽ നീലകണ്ഠൻ പ്രസിദ്ധീകരിച്ച ശ്രേണി

$$\pi = 3 + \frac{4}{2*3*4} + \frac{4}{4*5*6} + \frac{4}{6*7*8} + \cdots$$

ഓയ്‌ലർ (Euler) ശ്രേണി

$(\pi^2/6) = 1/1^2 + 1/2^2 + 1/3^2 + 1/4^2 +$

ജ്യാമിതി, കലനം(Calculus), ത്രികോണമതി തുടങ്ങി വിവിധ ഗണിതശാഖകളിൽ π യുടെ ഉപയോഗം നിരവധിയാണ്. കല്പിത സംഖ്യകളുമായി(Imaginary) ബന്ധപ്പെട്ടും π യുടെ ഉപയോഗം അനവധിയാണ്.

2019 മാർച്ച് 1 ന് π യുടെ മൂല്യം 31.4 ട്രില്യൺ(ലക്ഷം കോടി) ഡെസിമൽ സ്ഥാനത്തിന് കണക്കുകൂട്ടി എന്നുള്ളതാണ് ലോകറെക്കോർഡ്.. ഗിന്നസ് വേൾഡ് റെക്കോർഡ് എന്ന നിലയിൽ ഇത് ഇടം പിടിച്ചിട്ടുണ്ട്. അതിനു മുൻപുള്ള റെക്കോഡിനെക്കാളും 9 ട്രില്യൺ (ലക്ഷം കോടി) ദശാംശ സ്ഥാനം കൂടുതലാണ് ഇത്.

ഇത്രയും കൃത്യതയുള്ള മൂല്യം മനുഷ്യനു ആവശ്യം ഉണ്ടോ എന്ന സംശയം നിലനിൽക്കുമ്പോഴും കൂടുതൽ കൃത്യതയുള്ള π യുടെ മൂല്യം കണ്ടെത്താനുള്ള ശ്രമങ്ങൾ തുടർന്നു കൊണ്ടിരിക്കുന്നുവെന്നത് വാസ്തവമാണ്

വീണ്ടും π ന് പുതിയ റെക്കോർഡുകൾ

2020 Jan 29 ൽ, 50 ട്രില്യൺ ഡിജിറ്റിനു തിമോത്തി മില്ലിക്കൻ (USA) π യുടെ മൂല്യം കണ്ടെത്തി ഗിന്നസ് റെക്കോർഡ് ഇട്ടു. Chudnuvsky ആൽഗരിതം ആണ് ഇതിനായി ഉപയോഗിച്ചത്.

വളരെ വേഗതയിലും കൃത്യതയിലും പ്രവർത്തിക്കുന്ന കമ്പ്യൂട്ടറിന്റെ സാഹായത്താൽ ഒരു കൂട്ടം സ്വിസ്സ് വിദഗ്ദർ 19 Aug 21ന് പുതിയ റെക്കാർഡ് ഇട്ടു കൊണ്ട് π ന് കൂടുതൽ കൃത്യതയുള്ള മൂല്യം കണ്ടെത്തി. ഇത്തരത്തിലുള്ള പരിശ്രമം നടത്തിയത് DAVIS (സെന്റർ for Data Analysis, Visualisation and Stimulation) എന്ന സ്ഥാപനമാണ്. ഇതിന്റെ പ്രൊജക്റ്റ് ലീഡർ തോമസ് കെല്ലർ ആയിരുന്നു. ഇത്തരത്തിലുള്ള കണക്കു കൂട്ടൽ പ്രക്രിയക്ക് 108 ദിവസവും 9 മണിക്കൂറും എടുത്തു. 62 ട്രില്യൺ ഡിജിറ്റിനാണ് ഇത്തവണത്തെ റെക്കോർഡ്. പഴയ മൂല്യത്തിൽ നിന്നും 12.8 ട്രില്യൺ ഡിജിറ്റ് കൂടുതലായുള്ള മൂല്യം.

ഇന്റർനാഷണൽ π ദിനം ആഘോഷിക്കുന്നത് 3,14 എന്നീ സംഖ്യകൾ വരുന്ന ദിവസമാണ്. അതായത് മാർച്ച് 14 ന്. അന്നേ ദിവസം π യുമായി ബന്ധപ്പെട്ട് പല ഗണിത മത്സരങ്ങളും പല സ്ഥലങ്ങളിലും സംഘടിക്കപ്പെടുന്നു.

π നൂറ്റാണ്ടുകളായി വിദഗ്ദരെ ആകർഷിക്കുന്നു. ജ്യാമിതിയിൽ, ഗണിതത്തിൽ, ശാസ്ത്രത്തിൽ, സാങ്കേതിക വിദ്യയിൽ അത്യാവശ്യ ഘടകമായി നിലനിൽക്കുന്നു. കൂടുതൽ കൃത്യത നേടാനുള്ള ഇടമാകുകയും ചെയ്യുന്നു

e (ഓയ്‌ലർ സംഖ്യ)

'e' എന്ന അക്കം ഉയർന്ന ഗണിതശാസ്ത്രത്തിൽ (Higher mathematics) പ്രാഥമികവും നിർണ്ണായകമായ സ്ഥാനം വഹിക്കുന്നുണ്ട്. ഒരു പക്ഷെ π എന്ന അക്കം ഗണിതത്തിലും ശാസ്ത്രത്തിലും വഹിക്കുന്ന പ്രധാന്യത്തിൽ ഒട്ടും കുറയാത്ത പ്രാധാന്യം e യും വഹിക്കുന്നു. e എന്നത് കൂടുതൽ അക്കങ്ങൾ ഉപയോഗിച്ചുകൊണ്ട് കൃത്യമായി രേഖപ്പെടുത്താൻ സാദ്ധ്യമല്ല. ആവശ്യങ്ങൾക്കനുസരിച്ച് കൂടുതൽ അക്കങ്ങൾ ഉപയോഗിച്ച് കൂടുതൽ കൃത്യതയിലേക്ക് എത്താമെന്നു മാത്രം. e യെ താഴെപ്പറയുന്ന ശ്രേണി ഉപയോഗിച്ച് രേഖപ്പെടുത്താം.

e = 1+ (1/1)+1/(1.2)+ (1 /(1.2.3)+ 1/(1.2.3.4) +1/(1.2.3.4.5)+ -----

1/n! എന്ന ഗണിത സൂക്തത്തിൽ, ലിമിറ്റുകൾ ഇൻഫിനിറ്റീവ് ഉം 0 യും ആയി സെറ്റ് ചെയ്ത് e കണ്ടെത്താൻ പറ്റും.

സ്ഥിരാങ്കം (Constant) e യെ കുറിച്ചുള്ള ആദ്യ സൂചന ജോൺ നേപ്പിയർ എഴുതിയ ലോഗരിതത്തെക്കുറിച്ചുള്ള വിവരങ്ങളിൽ കാണാം. നേപ്പിയർ പ്രസിദ്ധീകരിച്ച വിവരങ്ങളിൽ സ്ഥിരാങ്കത്തെ (Constant) കുറിച്ച് നേരിട്ടു വിവരണമില്ല. അതുപയോഗിച്ച് കണക്കുകൂട്ടിയ ലോഗരിതത്തിന്റെ ലിസ്റ്റാണ് ഉണ്ടായിരുന്നത്.

e യുമായി ബന്ധപ്പെട്ട സ്ഥിരാങ്കം കണ്ടുപിടിച്ചതിന്റെ ബഹുമതി 1683 ൽ ജേക്കബ് ബൗർനോലിക്കാണ് ലഭിച്ചത്. ആദ്യകാലത്തു സ്ഥിരാങ്കം (Constant) b എന്നാണ് പറഞ്ഞിരുന്നത്. ജേക്കബ് ബൗർനോലി സ്ഥിരാങ്കം കണ്ടുപിടിക്കാൻ ഉപയോഗിച്ചിരുന്ന സമവാക്യം lim n (1+1/n)n എന്നതാണ്. ഇതിനെപ്പറ്റി കൂടുതൽ അറിയുന്നത് ഗോട്ട്ഫ്രീഡ്

ലിബ്നിസ് ക്രിസ്ത്യൻ ഹ്യൂഗെൻസിന് എഴുതിയ കുറിപ്പുകളിലൂടെയാണ്. ഈ സ്ഥിരാങ്കത്തിനു (Constant) അക്ഷരം 'e' ഉപയോഗിക്കാൻ തുടങ്ങിയത് ലെയൻ ഹാർഡ് ഓയ്ലർ ആണ് (1739). ഈ e തന്നെയാണ് നാച്ചുറൽ ലോഗരിതത്തിന്റെ ബേസ് (base).

e എന്നു പറയുന്ന സംഖ്യ ഓയ്ലർ സംഖ്യ (Euler's number) എന്നറിയപ്പെടുന്നു. ഈ ഗണിതശാസ്ത്രസ്ഥിരാംഗത്തിന്റെ ഏകദേശമൂല്യം 2.71828 ആണ്. ഇത് സ്വാഭാവികമായ ലോഗരിതത്തിന്റെ 'Base' ആണ്. (1+1/n)n എന്ന സമവാക്യം e മൂല്യം കണക്കുകൂട്ടാൻ ഉപയോഗിക്കുന്നു. അതു മാത്രമല്ല കൂട്ടുപലിശ കണക്കാക്കാൻ ഉപയോഗിക്കുന്ന ഫോർമുലയാണ് ഇത്. pi യുടെ മൂല്യം കണക്കാക്കാൻ പല മാർഗങ്ങളും ഉപയോഗിക്കുന്നപോലെ e യുടെ മൂല്യവും പല മാർഗ്ഗങ്ങളിലൂടെ കൂടുതൽ കൃത്യതയോടെ കണക്കു കൂട്ടാൻ സാധിക്കും. അനന്ത ശ്രേണി e യുടെ മൂല്യം നിർണ്ണയിക്കുന്നതിന് ഉപയോഗിക്കുന്നു.

$$e = 1 + \frac{1}{1!} + \frac{1}{2!} + \frac{1}{3!} + \cdots,$$

സ്വാഭാവികമായ exponential function $f(x) = e^x$ if $x=0$, $f(0) = 1$

അതുപോലെ തന്നെ e യെ f(1) എന്നു പറയാവുന്നതാണ്.

സ്വാഭാവിക ലോഗരിതം exponential function ന്റെ inverse function ആണെന്ന് പറയാം.

e യുടെ കഥ

πപോലെത്തന്നെ ഗണിതത്തിൽ വളരെയേറെ പ്രാധാന്യമുള്ള സംഖ്യയാണ് 'e'. ലോഗരിതത്തിന്റെ ആവിർഭാവത്തോടെയാണ് ഈ സംഖ്യ രൂപം കൊണ്ടത്. സാധാരണ ഉപയോഗിക്കുന്ന ലോഗരിതത്തിന്റെ ആധാരം 10 ആണ്. ഇത്തരം ലോഗരിതത്തിൽ 1 10, 100, 1000 തുടങ്ങിയ സംഖ്യകളുടെ ലോഗരിതം മാത്രമേ പൂർണസംഖ്യകളായുള്ളൂ. കുറേക്കൂടി ചെറിയ സംഖ്യകളാണ് ആധാരമായി എടുക്കുന്നത് എങ്കിൽ കൂടുതൽ സംഖ്യകളുടെ ലോഗരിതം പൂർണ്ണ സംഖ്യകളായി എഴുതാൻ പറ്റും. സ്വാഭാവിക ലോഗരിതത്തിന്റെ ആധാരം e ആണല്ലോ. e യുടെ ഏകദേശമൂല്യം 2.71828 ആണ്.

π പോലെ തന്നെ e യും അഭിന്നകമാണ്. കരണികളല്ല.(Surd) (√2,√3,√5,√7 എന്നിവ കരണികൾക്ക് ഉദാഹരണം)

e എന്ന ഓയ്ലർ സംഖ്യ (Euler number) പ്രസിദ്ധ ഗണിതജ്ഞനായ ഓയ്ലറിന്റെ ബഹുമാനാർത്ഥമാണ് അങ്ങനെ നാമകരണം

ചെയ്യപ്പെട്ടത്. e യെ നാപിയർ സ്ഥിരാങ്കം എന്നും പറയുന്നു. ഇത്തരമൊരു സ്ഥിരാങ്കത്തെ (Constant) ആദ്യമായി കണ്ടെത്തിയത് കൂട്ടുപലിശ (Compound interest) യെപ്പറ്റി പഠിക്കുന്നതിനിടയിൽ ജേക്കബ് ബോർനോല്ലി എന്ന സ്വിസ്സ് ഗണിതജ്ഞനായിരുന്നു.

e എന്ന സംഖ്യക്ക് 0, 1, π, i എന്നീ സംഖ്യകളെ പ്പോലെ ഗണിതത്തിൽ വളരെയധികം പ്രാധാന്യം ഉണ്ട്. ഈ അഞ്ചു സംഖ്യകൾ വളരെയധികം പ്രാധാന്യമുള്ളതും ആവർത്തനസ്വഭാവമുള്ളതുമായ പങ്ക് ഗണിതത്തിൽ വഹിക്കുന്നു. πയെപ്പോലെതന്നെ e യും ഒരു irrational ഉം trancedental ഉം ആയ സംഖ്യയാണ്. അതായതു സംഖ്യകളുടെ ratio ആയോ വർഗ്ഗമൂല്യമായോ (sq.root) ആയോ ഈ സംഖ്യയെ രേഖപ്പെടുത്താൻ പറ്റില്ല.

പ്രൊബബിലിറ്റി(Probability) തത്വത്തിൽ e ക്കു വളരെയധികം പ്രാധാന്യം ഉണ്ട്.

Standard Normal Distribution

Probability,

$$\phi(x) = \frac{1}{\sqrt{2\pi}} e^{-\frac{1}{2}x^2}.$$

Asymptotics

Asymptotics ആയി ബന്ധപ്പെട്ട് factorial താഴെപ്പറയുന്നപോലെയാണ്.

$$n! \sim \sqrt{2\pi n}\left(\frac{n}{e}\right)^n.$$

$$e = \lim_{n\to\infty} \frac{n}{\sqrt[n]{n!}}.$$

ഗണിതത്തിലെ കലനത്തിൽ(Calculus) e ഉപയോഗിക്കുന്നത് exponential function നുമായി ബന്ധപ്പെട്ട് differentiation നും integration നും ചെയ്യുന്നതിന് വേണ്ടിയാണ്.

$$\begin{aligned}\frac{d}{dx}\log_a x &= \lim_{h\to 0}\frac{\log_a(x+h)-\log_a(x)}{h}\\ &= \lim_{h\to 0}\frac{\log_a(1+h/x)}{x\cdot h/x}\\ &= \frac{1}{x}\log_a\left(\lim_{u\to 0}(1+u)^{\frac{1}{u}}\right)\\ &= \frac{1}{x}\log_a e,\end{aligned}$$

$$\frac{d}{dx}\log_e x = \frac{1}{x}.$$

d/dx(logx) =1/x(Here logarithm base is e)

Complex numbers

$e^x = 1+x/1!+x^2/2!+x^3/3!+$-- -----

X = iπ ആണെങ്കിൽ അതൊരു പ്രത്യേക case ആണ്.

$e^{i\pi}+1 = 0$

In(-1) = iπ

ഇത്തരത്തിൽ e ആയി ബന്ധപ്പെട്ട് ഉപകാരപ്രദമായ പല ബന്ധങ്ങളും ഗണിതത്തിൽ കണ്ടെടുക്കാൻ പറ്റും

1690ൽ ബാർനോലി ഒരു ദശാംശസംഖ്യക്കാണ് e യുടെ മൂല്യം കണ്ടെത്തിയത്. ENIAC കമ്പ്യൂട്ടറിന്റെ സഹായത്താൽ 2010 ദശാംശത്തിലും സ്റ്റീവ് വോസിനിയാക് ആപ്പിൾ ll ന്റെ സഹായത്തോട്ടുകൂടി 1978 ൽ 116,000 ദശാംശത്തിലും എത്തിച്ചേർന്നു. 2010ൽ ആധുനിക കമ്പ്യൂട്ടറുകളുടെ സഹായത്താൽ അതു 8 ട്രില്യൺ ഡിജിറ്റിലും എത്തിച്ചേർന്നു.

e എന്ന സംഖ്യ, അപ്രതീക്ഷിതമായ പല മേഖലകളിൽ ഉപയോഗിക്കുന്നതായി കാണാം. താഴെ ലിസ്റ്റ് ചെയ്തതു കൂടാതെ വളരെയധികം ഫോർമുലകളിൽ e ഉപയോഗിക്കുന്നുണ്ട്. ചിലതു ഇവിടെ ലിസ്റ്റ് ചെയ്യുന്നവെന്നേയുള്ളു.

1) ബാരോമെട്രീക് ഉയരത്തിന്റെ ഫോർമുല (ഉയരം കൂടുന്നതിനു അനുസരിച്ച മർദ്ദം കുറയുന്നു.

2) ഓയ്‌ലർ (Euler) ഫോർമുല

3)വസ്തുക്കൾ തണുക്കുന്നതിന്റെ നിയമം

4) റേഡിയോആക്ടിവിറ്റിയും ഭൂമിയുടെ പ്രായവും

5) പെൻഡുലത്തിന്റെ വായുവിലെ ആന്ദോളനം (Oscillation)

6) റോക്കറ്റിന്റെ വേഗത കാണുന്നതിന്റെ ഫോർമുല (Tsiolkovsky's formula)

7) റേഡിയോ സർക്കുറ്റുകളിലെ ആന്ദോളനപ്രതിഭാസം (oscillatory circuit)

8) പ്രകൃതിയിൽ സെല്ലുകളുടെ വളർച്ച

കല്പിത സംഖ്യ (i)

ഒരു കാലത്തു 0, -1 എന്നിവയെല്ലാം അംഗീകരിക്കപ്പെടാതിരുന്ന ഒരു കാലമുണ്ടായിരുന്നുവല്ലോ. വാസ്തവത്തിൽ നെഗറ്റീവ് സംഖ്യകൾ വരുന്നത് തന്നെ 'Deny' അഥവാ നിഷേധിക്കുക എന്ന അർത്ഥത്തിൽ നിന്നാണ്. കടം അഥവാ Debt എന്നതിന്റെ അടിസ്ഥാനത്തിലാണ് നെഗറ്റീവ് നമ്പറുകൾ അംഗീകരിക്കപ്പെടുന്നത്.

മുൻ കാലഘട്ടങ്ങളിൽ കല്പിത സംഖ്യകൾ (Imaginary numbers) എന്ന ആശയം മനസ്സിലാകാതിരുന്നതിൽ അത്ഭുതമില്ലല്ലോ. ഇന്ന് കല്പിത സംഖ്യയായ i എത്രയധികം മേഖലകളിലാണ് ഗണിതത്തിലും ശാസ്ത്രത്തിലും ഉപയോഗിക്കുന്നത്!

$i = \sqrt{-1}$ $\qquad$ $i^2 = -1$

$\sqrt{-n} = i\sqrt{n}$

$\sqrt{-1}$ ന് i എന്ന ചിഹ്നം ആദ്യമായി ഉപയോഗപ്പെടുത്തുന്നത് 1777ൽ ലിയോൻഹാർഡ് ഓയ്‌ലർ ആയിരുന്നു. പല ഘട്ടങ്ങളിലും j യും കല്പിത സംഖ്യകളെ സൂചിപ്പിക്കുവാൻ ഉപയോഗിക്കുന്നുണ്ട്.

ഇന്ന് സംഖ്യകളെ പൊതുവെ നാലായി തിരിക്കാം.

1) പോസിറ്റീവ് ആയ യഥാർത്ഥ സംഖ്യകൾ

2) നെഗറ്റീവ് ആയ യഥാർത്ഥ സംഖ്യകൾ

3) പോസിറ്റീവ് ആയ കല്പിത സംഖ്യകൾ

4) നെഗറ്റീവ് ആയ കല്പിത സംഖ്യകൾ.

സംഖ്യകളെ scalar എന്നും vector എന്നും വേർതിരിക്കാമല്ലോ. Scalar സംഖ്യയിൽ അളവ് മാത്രമാണ് പ്രശ്നം. Direction ഇല്ലാത്തതിനാൽ പോസിറ്റീവ് എന്നോ നെഗറ്റീവ് എന്നോ പ്രശ്നമില്ല. Vector അളവുകളിൽ Direction പ്രശ്നമാണ്.അതുകൊണ്ടു തന്നെ vector അളവുകളിൽ വിശകലനവും ക്രിയകളും ചെയ്യാൻ +, - ചിഹ്നങ്ങളും സംഖ്യകളും, കല്പിത സംഖ്യകൾ ഉൾപ്പെടുന്ന സങ്കീർണ്ണ സംഖ്യകളും (Complex numbers) ആവശ്യമായി വരുന്നു.

വിശ്വപ്രസിദ്ധ ശാസ്ത്ര നോവലിസ്റ്റും ശാസ്ത്രമെഴുത്തുകാരനുമായ ഐസക് അസ്സിമോവ് 'The imaginary that ins't' എന്ന ലേഖനത്തിൽ തന്റെ സ്വന്തം അനുഭവത്തെക്കുറിച്ച് ചൂണ്ടിക്കാണിക്കുന്നുണ്ട്.

അസ്സിമോവിന്റെ സോഷ്യളജി പ്രൊഫസർ വളരെ പണ്ഡിതനായിരുന്നു. ക്ലാസുകൾക്ക് ശേഷം ഉത്തരം നൽകുക എന്നത് അദ്ദേഹത്തിന്റെ പതിവായിരുന്നു. എങ്കിലും അസ്സിമോവിനെ സംബന്ധിച്ച ഗണിതശാസ്ത്രക്ലാസുകൾ തന്നെയായിരുന്നു കൂടുതൽ താല്പര്യം.

ഒരു ദിവസം അസ്സിമോവ് സോഷ്യളജി ക്ലാസ്സിൽ പ്രവേശിക്കുമ്പോൾ പ്രൊഫസർ ബോർഡിൽ ഒരു ലിസ്റ്റ് തയ്യാറാക്കുകയായിരുന്നു. യഥാർത്ഥ സംഗതികളും രഹസ്യനിഗൂഢ (Mystic) സംഗതികളും എന്നിങ്ങനെ രണ്ടായി തിരിച്ച ആയിരുന്നു ആ ലിസ്റ്റ്. Mystics എന്ന വിഭാഗത്തിൽ ആയിരുന്നു ഗണിതശാസ്ത്രം ഉൾപ്പെടുത്തിയിരുന്നത്.

സോഷ്യോളജി പ്രൊഫസ്സർ പിന്നീട് ഇങ്ങനെ വിവരിച്ചു.

'ഗണിതജ്ഞർ രഹസ്യ നിഗൂഢ സ്വഭാവമുള്ളവരാണ്. കാരണം അവർ യഥാർത്ഥമല്ലാത്ത സംഖ്യകളിൽ വിശ്വസിക്കുന്നവരാണ്.

'ഏതുതരം സംഖ്യകൾ? ' അസ്സിമോവ് ചോദ്യം ഉന്നയിച്ചു.

'കല്പിതസംഖ്യകളിൽ (Imaginary numbers) അവർ വിശ്വസിക്കുന്നു. യഥാർത്ഥമല്ലാത്തതിൽ വിശ്വസിക്കുന്നവരാണ് അവർ '

പ്രൊഫസർ തുടർന്നു.

'-1 ന് വർഗ്ഗമൂല്യമോ (sq.root)? ' അങ്ങനെയൊരു സംഗതിയേയില്ല., കല്പിത സംഖ്യകൾ (Imaginary numbers) എന്നെല്ലാം പറയുന്നത് രഹസ്യനിഗൂഢ സ്വഭാവമുള്ള മണ്ടൻ ഗണിതജ്ഞരാണ്. '

ഇങ്ങനെ പ്രൊഫസർ തുടർന്നു. ഇതിനിടയിൽ കൊച്ചുഗണിതജ്ഞൻ എന്നു പറഞ്ഞു അസ്സിമോവിനെ പല തവണ കളിയാക്കുകയും ചെയ്തു.

പ്രൊഫസറുടെ നിർബന്ധത്തിൽ ഒരു നിബന്ധനയുടെ അടിസ്ഥാനത്തിൽ കല്പിത സംഖ്യകളിൽ വ്യക്തത വരുത്തി കാണിച്ചു തരാമെന്നു അസ്സിമോവ് ഏൽക്കുന്നു.

-1 ന്റെ വർഗ്ഗമൂല്യം (square root) കാണിക്കുന്നതിനു മുൻപ് കൃത്യമായ ഒരു പകുതി ചോക്കു കഷണം അസ്സിമോവിന് കിട്ടണം. അതായിരുന്നു അസ്സിമോവിന്റെ നിബന്ധന.

പ്രൊഫസർ ഒരു ചിരിയോടെ ഒരു കഷണം ചോക്കു പൊട്ടിച്ചു അസ്സിമോവിന് കൊടുത്തു.

അസ്സിമോവ് വിവരണം തുടങ്ങി

"താങ്കൾ ഉറപ്പു പാലിച്ചിട്ടില്ല. എനിക്ക് തന്നത് ഒരു കഷണം ചോക്കാണ് നിങ്ങൾ തന്നത് ഒരു പകുതി കഷണം ചോക്കല്ല"

അസിമോവ് തുടർന്നു. "നിങ്ങൾ ഏകപക്ഷീയമായ നിർവചനം കൊണ്ട് എന്നെ കുടുക്കാൻ നോക്കുന്നു. അതു തന്നെയാണ് ഞാനും ചെയ്യുന്നത്. നിങ്ങൾ തന്നത് ഒരു കഷണം ചോക്കാണ്. അരക്കഷണം ചോക്കല്ല."

പ്രൊഫസറുടെ മുഖം താണു.

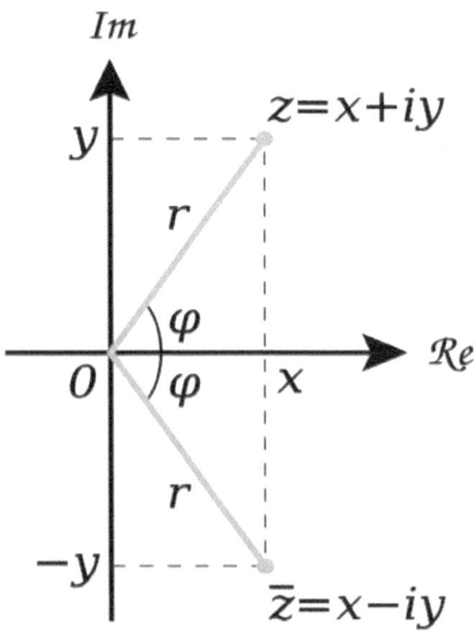

An illustration of the complex plane. The imaginary numbers are on the vertical coordinate axis.

കല്പിത സംഖ്യ ഒരു കോംപ്ലക്സ് സംഖ്യയാണ്. ഒരു യഥാർത്ഥ (Real) സംഖ്യയെ കല്പിത സംഖ്യകൊണ്ട് ഗുണിച്ചാൽ കല്പിത സംഖ്യയാണ് ലഭിക്കുക.(ഗ്രീക്ക് ഗണിതജ്ഞനും സാങ്കേതിക വിദഗ്ദ്ധനുമായിരുന്ന ആളാണ് കല്പിത സംഖ്യകളെ കുറിച്ച് ആദ്യമായി മനസ്സിലാക്കിയത്.) 1752 ൽ റാഫേൽ ബോംബെല്ലി കല്പിത സംഖ്യകളുടെ ഗുണനത്തിനു ആദ്യമായി നിയമങ്ങളുണ്ടാക്കി. അക്കാലത്തു തന്നെ ജിറോലാണോ കാർഡാണോ കല്പിതസംഖ്യകളെക്കുറിച്ച ലേഖനങ്ങൾ എഴുതിയിരുന്നു. അക്കാലത്തു നെഗറ്റീവ് സംഖ്യകളെക്കുറിച്ചും കല്പിതസംഖ്യകളെയും കുറിച്ചുള്ള ധാരണകൾ അംഗീകരിക്കപ്പെട്ടിരുന്നില്ല. ഒരു കാലത്ത് പൂജ്യം (0) എങ്ങിനെയാണ് ഉപകാരപ്രദമല്ല എന്നു കരുതിയിരുന്നത്, അതു പോലെ തന്നെ കൽപ്പിത സംഖ്യകളും നെഗറ്റീവ് സംഖ്യകളും ഉപകാരപ്രദമല്ലാത്ത കാര്യങ്ങളായിട്ടാണ് കരുതിയിരുന്നത്. പ്രസിദ്ധ തത്വചിന്തകനായ ദെസ്കാർറ്റസ് (Descartes) കല്പിത സംഖ്യകളെ അപമാനിക്കുന്ന നിലപാടാണ് എടുത്തിരുന്നത്.

17, 18 നൂറ്റാണ്ടുകളിൽ ലിയോൻഹാർഡ് ഓയിലറും കാൽ ഫ്രഡറിക് ഗൗസ്സും നടത്തിയ ഗവേഷണ പ്രവർത്തനഫലമായാണ് കല്പിത സംഖ്യകൾ അംഗീകരിക്കപ്പെട്ടത്. കല്പിത സംഖ്യകളടങ്ങുന്ന കോംപ്ലക്സ് സംഖ്യകളുടെ ജ്യോമെട്രിക് പ്രാധാന്യം ആദ്യമായി മനസ്സിലാക്കിയത് കാസ്പർ വെസ്സൽ (Gaspar Wessel) ആണ്.

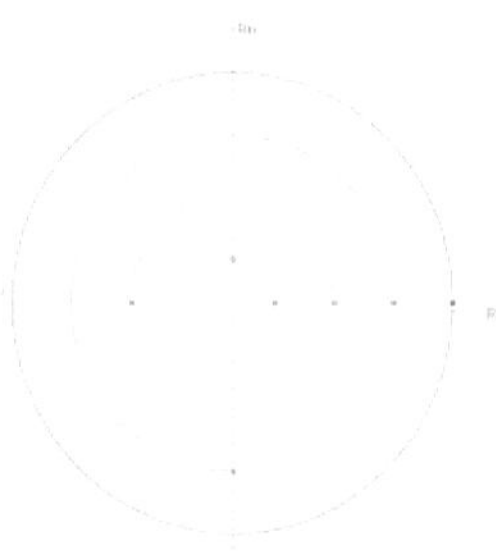

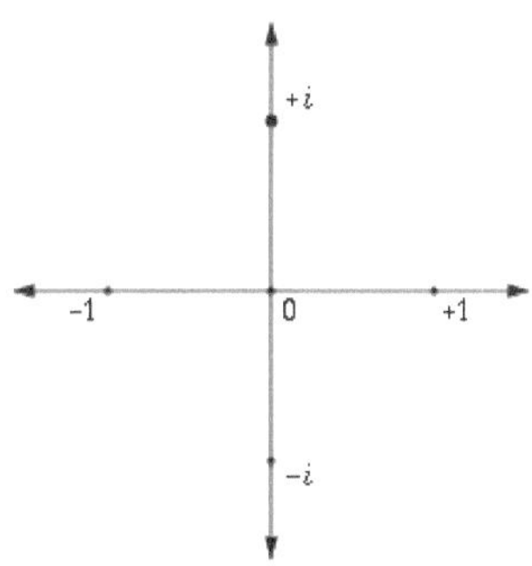

സങ്കീർണ്ണ സംഖ്യകളുടെ (Complex numbers) പ്രാധാന്യം ജ്യോമതീയ തലത്തിലെ ബിന്ദുക്കൾ എന്ന നിലക്ക് കാസ്പർ വസ്സൽ തന്നെയാണ് മനസ്സിലാക്കിയത്.1843ൽ വില്യം റോവാൻ ഹാമിൽട്ടൻ കല്പിത സംഖ്യകളുടെ അക്ഷത്തെപ്പറ്റി (Axis) കൂടുതൽ വിവരം നൽകി. കല്പിത സംഖ്യകൾ (Imaginary numbers) ലംബമാന അക്ഷത്തിൽ (Vertical axis) തിരശ്ചീനഅക്ഷത്തിന് (Horizontal axis) ലംബമായാണ്

ഉള്ളത്. അതായത് X അക്ഷത്തിൽ യഥാർത്ഥ സംഖ്യകളും Y അക്ഷത്തിൽ കല്പിത സംഖ്യകളുമാണ്. (Imaginary numbers)

Sq.root of Negative numbers

(വിലോപ സംഖ്യകളുടെ വർഗ്ഗമൂല്യം)

$i=v-1, -1= i^2, i^2 = \sqrt{}\ v-1\ \sqrt{-1}$

$6 = \sqrt{36} = \sqrt{(-4)(-9)} = \sqrt{-4}.\ \sqrt{-9}$

$v\ (-x).\ \sqrt{(-y)} = ivx.ivy = i^2\ \sqrt{x}.\ \sqrt{y} = -\ \sqrt{xy}$

$e^{ix} = cosx+isinx$

$sinx= (e^{ix} - e^{-ix})/2i\ \ cosx= (e^{ix} + e^{-ix})/2$

വൈദ്യുതിയിൽ reactive power കണക്കാക്കാൻ കല്പിതസംഖ്യകൾ ഉപയോഗിക്കുന്നു. വൈദ്യുതസമ്പ്രദായത്തിൽ reactive power ജോലിയൊന്നും ചെയ്യാത്തതിനാൽ imaginary axis ൽ ആണു രേഖപ്പെടുത്തുക. Apparent power എന്നറിയപ്പെടുന്ന reactive power,VA (Volt Ampere)ആയിയാണ് കണക്കാക്കുന്നത്. യഥാർത്ഥ പവറിൽ ഇത് ഉൾപ്പെടുകയില്ല.

ഇത്തരത്തിൽ കല്പിതസംഖ്യകൾ സയൻസിലും സാങ്കേതികവിദ്യയിലും വളരെയധികം ഉപകാരപ്രദമാണ്.

അനന്തം (∞)

ശൂന്യതയും (Space) സമയവും ശാസ്ത്രജ്ഞരുടെയും ശാസ്ത്രകഥാ എഴുത്തുകാരുടെയും ഇഷ്ടവിഷയങ്ങളാണല്ലോ. ശൂന്യതയും സമയവും അനന്തമായി നീണ്ടു പോയിക്കൊണ്ടിരിക്കുന്നു. അതുപോലെ തന്നെ പ്രപഞ്ചത്തിലെ നക്ഷത്രങ്ങൾ, ഗ്രഹങ്ങൾ, ചിന്നഗ്രഹങ്ങൾ, ഗാലക്സി, നെബുല എന്നു തുടങ്ങി പ്രപഞ്ചത്തിലെ പല വസ്തുക്കളും എണ്ണിയാൽ തീരാത്ത വിധത്തിൽ അനന്തമായി നീണ്ടു പോകുന്നു. ഭൂമി, ബുധൻ, ശുക്രൻ,ആൽഫ സെഞ്ചുറി എന്നിവയെല്ലാം അറിയപ്പെടുന്ന നക്ഷത്രങ്ങളോ ഗ്രഹങ്ങളോ മാത്രമാണ്.

ജോൺ കേസെല്ലിന്റെ ' Invaders from Infinite' എന്ന ശാസ്ത്ര കഥയിൽ ദൂരെ ബഹിരാകാശത്തു നിന്നുള്ള അഥവാ അനന്തതയിൽ നിന്നു വരുന്ന ഭീകരതയെയും, അക്രമത്തെയും, action, സസ്പെൻസ് എന്നിവയെയെല്ലാം വിവരിക്കുന്നുണ്ട്.

ഡോണൾഡ് ഡേ വിവരിക്കുന്ന സയൻസ് കഥാ മാസികകളുടെ index ശ്രദ്ധിക്കു. 'Infinite Brain', 'Infinite Moment', 'Infinite eye', 'Infinite Vision', 'Infinite zero' ഇങ്ങനെ ധാരാളം തലക്കെട്ടുകൾ അനന്തവുമായി ബന്ധപ്പെട്ട പുസ്തകങ്ങൾക്കും മാസികകൾക്കും ഉണ്ട്.

എന്താണ് ഈ അനന്തം? ഇംഗ്ലീഷിൽ Infinite, Infinity എന്നെല്ലാം പറയുന്നതെന്ത് ?

അനന്തം എന്നത് വലിയ സംഖ്യയാണെന്നു വിചാരിക്കുക. എങ്കിൽ അതു വളരെ വലിയസംഖ്യ തന്നെയാണോ? നിലവിലുള്ള ഏറ്റവും

വലിയ സംഖ്യയാണോ? അങ്ങനെയൊന്നുമല്ലെന്നതാണ് വാസ്തവം.

അനന്തം എന്നത് ഒരു സംഖ്യയേ അല്ല. നിലവിലുള്ള ഏറ്റവും വലിയ സംഖ്യ എന്നു പറഞ്ഞാൽ അതും ശരിയല്ല. ഏറ്റവും വലിയ സംഖ്യയെന്ന ഒന്നിൽ എത്താനേ സാദ്ധ്യമല്ല.

പുരാതന കാലത്തു ഒരിക്കലും വലിയസംഖ്യകൾ ഉപയോഗിക്കേണ്ട കാര്യമില്ലായിരുന്നു. ആയിരം എന്നതിൽ കൂടുതലായ സംഖ്യകൾ ഉപയോഗിക്കേണ്ടി വന്നിരുന്നില്ല. പിന്നീട് ലക്ഷം, പത്തു ലക്ഷം, കോടി, പത്തു കോടി, ലക്ഷം കോടി എന്നെല്ലാം ക്രമേണ ഉപയോഗിച്ചു തുടങ്ങി. എന്നിട്ടും അക്കങ്ങൾ ഉപയോഗിച്ചുള്ള സംഖ്യാസമ്പ്രദായം നടപ്പാകാൻ പിന്നെയും കാലങ്ങളെടുത്തു.

ദൈവം എബ്രഹാമിനോട് ഇങ്ങനെ പറഞ്ഞെന്നാണ് രേഖപ്പെടുത്തിയിരിക്കുന്നത്. 'ഞാൻ വിത്തുകൾ സ്വർഗ്ഗത്തിലെ നക്ഷത്രങ്ങളെപ്പോലെ, കടൽത്തീരത്തെ മണൽത്തരികളെപ്പോലെ വർദ്ധിപ്പിക്കും. '

കിങ്ങ് സോളാമന്റെ കാലത്തു

'എണ്ണിക്കൂട്ടാൻ വയ്യാത്ത ജനക്കൂട്ടം'

'യുദ്ധത്തിനുവേണ്ടി ആയിരം ആയിരം പടയാളികൾ എന്നെല്ലാമാണ് പറഞ്ഞിരുന്നത്.'

എണ്ണൽ സംഖ്യകൾ വന്നതോടെ എണ്ണാൻ പറ്റാത്ത വലിയ സംഖ്യകളെല്ലാം അനന്തമായി (Infinity) കണക്കാക്കപ്പെട്ടിരുന്നു എന്നു കരുതണം. പിന്നീട് കൂടുതൽ വലിയ സംഖ്യകൾ എണ്ണാമെന്നതായതോടെ അനന്തത്തിന്റെ നിർവചനം മാറുകയായി.

പ്രസിദ്ധ ശാസ്ത്രജ്ഞനും പ്രപഞ്ചോല്പത്തിയെക്കുറിച്ചുള്ള മഹാസ്ഫോടനസിദ്ധാന്തത്തിന്റെ (Big Bang Theory) ഉപജ്ഞാതാക്കളിൽ ഒരാളുമായ ജോർജ് ഗാമോവിന്റെ (George Gamov) വിശ്വപ്രസിദ്ധമായ '1, 2, 3,...... ∞'' എന്ന പുസ്തകത്തെപ്പറ്റി ഈ അവസരത്തിൽ ഓർക്കേണ്ടതാണ്ജോർജ് ഗാമോവ് 'ഒന്നു, രണ്ട്, മൂന്ന്, അനന്തം....' എന്ന പുസ്തകത്തിൽ അനന്തത്തെപ്പറ്റി വിശദമായി പ്രതിപാദിക്കുന്നുണ്ട്. അദ്ദേഹം ഹങ്കറിയിലെ മാന്യന്മാരെപ്പറ്റി ഒരു കഥ പറയുന്നുണ്ട്. ഏറ്റവും വലിയ സംഖ്യ പറയാൻ വേണ്ടി മൂന്ന് ബുദ്ധിമാന്മാർ തമ്മിൽ മത്സരം. മത്സരത്തിൽ മൂന്ന് പറഞ്ഞയാൾ ജയിച്ചു. കള്ളക്കഥയാണോ എന്തോ? എന്തായാലും ഒരു കാര്യം ശരിയായിരുന്നു. അന്ന് മൂന്ന് വരെ മാത്രമേ എണ്ണാൻ അറിവുണ്ടായിരുന്നുള്ളു. പിന്നീട് വളരെ നൂറ്റാണ്ടുകൾക്കു ശേഷം സംഖ്യയുടെ power ഉപയോഗിച്ചു വലിയ സംഖ്യകൾ പറയാമെന്നായി.

മിറിയാസ് ---10000

മിറിയാസ് മിറിയാസ് -- പത്തുകോടി

ഒക്റ്റസ് ഒക്റ്റസ് --- 10^{16}

എണ്ണൽ സംഖ്യകളുടെ വലുപ്പം കൂടിക്കൊണ്ട് വന്നപ്പോഴും അനന്തം അതിനപ്പുറമായി നില നിന്നു.

ഒരു നെൽക്കൂമ്പാരത്തിലെ നെൽമണികൾ, എണ്ണിത്തീർക്കാൻ ബുദ്ധിമുട്ടാണെങ്കിലും എണ്ണിത്തീർക്കാൻ പറ്റാത്തതു എന്നു പറയാമോ? വളരെക്കൂടുതൽ, എണ്ണിത്തീരാൻ പറ്റാത്തത് എന്നെല്ലാം അതിനെ പറയാമെങ്കിലും യഥാർത്ഥത്തിൽ അനന്തമെന്നു പറയാമോ? അതു കൊണ്ട് തന്നെ പലപ്പോഴും അനന്തം(Infinity) എന്നത് കൃത്യമായ നിർവചനത്തിന്റെ അടിസ്ഥാനത്തിലാണെന്നു പറയുക സാദ്ധ്യമല്ല. എന്തായാലും അനന്തത്തെ (Infinity) ഗണിതത്തിലെ ഒരു അക്കമായി കണക്കാക്കുന്നില്ല.

ഭൂമിയിലെ ആകെ മണൽത്തരികളുടെ എണ്ണം ഏകദേശം കണക്കുകൂട്ടി എടുക്കാം.അതെന്തായാലും 5×10^{33} എന്ന അതിഭീമൻ സംഖ്യയെക്കാൾ കുറവായിരിക്കും.എന്നാൽ 0 നും 1 നും ഇടയിലുള്ള രേഖപ്പെടുത്താൻ സാദ്ധ്യമായ സംഖ്യകളുടെ എണ്ണമോ? അതും അനന്തമാണ്.

അതുപോലെ 0 നും (1/2) നും ഇടയിലുള്ളതും 0 നും (1/100) നും ഇടയിലുള്ളതും ആയ രേഖീയ സംഖ്യകളോ? അതെല്ലാം അനന്തമാണ്. ഒരു ചെറിയ വരയിലുള്ള ബിന്ദുക്കളെ എണ്ണാമോ?. അതും അനന്തമാണ്.

ജോർജ് ഗാമോവ് സൂചിപ്പിച്ച ഒരു വിവരണത്തിലേക്കു തിരിച്ചു വരാം. സുപ്രസിദ്ധ ജർമ്മൻ ഗണിതജ്ഞനായ ഡേവിഡ് ഹിൽബർട്ട് തന്റെ പ്രഭാഷണങ്ങളിൽ അനന്തസംഖ്യകളുടെ വിചിത്രസ്വഭാവം വിവരിക്കാൻ ഉൾക്കൊള്ളിക്കാറുള്ള കഥയാണ്.

പരിമിതമായ മുറികളുള്ളതും എല്ലാ മുറികളിലും ആൾ താമസമുള്ളതുമായ ഒരു ഹോട്ടൽ. ഒരു അതിഥി അവിടെ വന്നു ഒരു മുറി ആവശ്യപ്പെടുന്നു.

'ക്ഷമിക്കണം... ഉടമസ്ഥൻ പറയുന്നു. 'എല്ലാ മുറിയിലും ആളുണ്ട്'

അനന്തമായി മുറികളുള്ളതും എല്ലാ മുറികളിലും ആൾ താമസമുള്ളതുമായ ഒരു ഹോട്ടൽ സങ്കൽപ്പിക്കുക. അതിഥി അവിടെ വന്നു ഒരു മുറി ആവശ്യപ്പെടുന്നു.

'തീർച്ചയായും മുറി തരാം ' എന്നു പറഞ്ഞു കൊണ്ട് ഉടമസ്ഥൻ N1 മുറിയിലെ ആളെ N2 യിലേക്ക് മാറ്റുന്നു. N2 യിലെ ആളെ N3 യിലേക്കും N3 യിലെ ആളെ N4 ലേക്കും അങ്ങനെ തുടരുന്നു. ഒഴിവു വന്ന N1 ൽ പുതിയ ആളെ താമസിപ്പിക്കുന്നു.

ഇനി എല്ലാറ്റിലും ആൾ താമസമുള്ള അനന്തം മുറികളോട് കൂടിയ ഹോട്ടലിൽ അതിഥികളുടെ പ്രവാഹം ഉണ്ടാകുന്നുവെന്നിരിക്കട്ടെ.

എല്ലാവരോടുമായി ഹോട്ടൽ ഉടമ പറയുന്നു.

'മാന്യരെ, എല്ലാവർക്കും മുറി തരാം. ഒരു മിനിട്ട് ക്ഷമിക്കണം'.

പിന്നീട് N1 മുറിയിലെ താമസക്കാരനെ N2 വിലേക്കും, N2 വിലെ താമസക്കാരനെ N4 ലേക്കും N3യിലെ താമസക്കാരനെ N6 ലേക്കും മാറ്റുന്നു. ഇത്തരം കാര്യം തുടരുന്നു.

ഇതിൻ പ്രകാരം മുറികളുടെ ഒരു അനന്തമായ നിര തന്നെ ഒഴിഞ്ഞു കിട്ടുന്നു.'

അനന്തങ്ങളുമായി ബന്ധപ്പെട്ടു ക്രിയകൾ ചെയ്യുമ്പോൾ അങ്കഗണിതത്തിലെ സംഖ്യകളുടെ സ്വഭാവങ്ങളിൽ നിന്നു വ്യത്യസ്ഥമായി ചിലതു ചെയ്യേണ്ടി വരുമെന്നത് വാസ്തവമാണ്.

അനന്തം (Infinite)എന്നത് ∞ എന്ന ചിഹ്നത്തിലൂടെയാണ് സൂചിപ്പിക്കുന്നത്.അനന്തത്തിന്റെ ചിഹ്നം ആദ്യമായി ഉപയോഗിച്ചു തുടങ്ങിയത് 1655-ൽ ജോൺ വാല്ലീസ് ആണ്. സാമാന്യ ബോധത്തിന്റെ അടിസ്ഥാനത്തിൽ പരിമിതമല്ലാത്ത സാധനങ്ങളെ പ്രേത്യേകിച്ച സംഖ്യകളെ സൂചിപ്പിക്കാനാണ് അനന്തം ഉപയോഗിക്കുന്നത് ഇതിന്റെ ഉപയോഗം ഗണിതത്തിലും ഭൗതികത്തിലും ആണ് കൂടുതലായി ഉള്ളത്.

The 8 symbol in several typefaces

Infinity represented in screenshot form

അനന്തത്തി(infinity)നെപ്പറ്റി എഴുതപ്പെട്ട വിവരങ്ങൾ ആദ്യമായി ലഭിക്കുന്നത് ഗ്രീസിലെ തത്വശാസ്ത്രജ്ഞനായ അനക്സിമാണ്ടറിൽ (Anaximandar) നിന്നാണ്. അനന്തത്തെ കുറിക്കാൻ അപ്പീരിയോൻ എന്നാണ് അദ്ദേഹം സൂചിപ്പിച്ചത്. ആർക്കിമെഡീസിന് അനന്തമായ അളവുകളെപ്പറ്റി ബോധമുണ്ടായിരുന്നതായി കരുതപ്പെടുന്നു.

ഇന്ത്യൻ ഗണിതപുസ്തകത്തിൽ സൂര്യപ്രജ്ഞാപതി (Surya prajnapati) മൂന്നും നാലും നൂറ്റാണ്ടുകളിൽ സംഖ്യകളെ ഗണിക്കാൻ പറ്റുന്നത് (Enumerable), ധാരാളമായത് (inumerable) അനന്തമായതു (Infinite) എന്നിങ്ങനെ മൂന്നായി തരം തിരിച്ചിരുന്നതായി പറയുന്നു.

അനന്തം എങ്ങിനെയെല്ലാം?

എണ്ണിയാൽ തീരാത്ത സംഖ്യകളെയെല്ലാം അനന്തമായി കണക്കാക്കുന്ന ഒരേർപ്പാടുണ്ട്. അതെത്രത്തോളം ശരിയാണ്? ഗണിതശാസ്ത്രപരമായി തെറ്റൊന്നുമില്ല. സമുദ്രതീരത്തെ മണൽത്തരികളെ എണ്ണിത്തിട്ടപ്പെടുത്താമോ? എണ്ണിത്തിട്ടപ്പെടുത്താൻ കഴിയാത്തതു കൊണ്ട് അനന്തമായതാണ്. ഭൂലോകത്തെ മണൽത്തരികൾ ഒരു കൃത്യമായ സ്ഥലത്തു ഉൾക്കൊള്ളുന്നതാണ്. അതുകൊണ്ടു തന്നെ അനന്തമായി നീണ്ടുപോകുമെന്ന് പറയാൻ പറ്റില്ല.

മണൽത്തരികളെയും ആകാശത്തെ നക്ഷത്രങ്ങളെയും അറ്റമില്ലാത്തതെന്നു പറഞ്ഞു താരതമ്യം ചെയ്യാറുണ്ടല്ലോ പ്രപഞ്ചം അനന്തമായി നീണ്ടു കിടക്കുകയാണ്. അതുകൊണ്ടു തന്നെ പ്രപഞ്ചത്തിലെ നക്ഷത്രങ്ങൾ അനന്തമാണ്.

എണ്ണൽ സംഖ്യകൾ

എണ്ണൽ സംഖ്യകളുടെ ഒരു ശ്രേണി ശ്രദ്ധിക്കൂ. 1, 2, 3........n-2, n-1, n. ഇവിടെ n എന്നു പറയുന്നത് ഒരു കൃത്യമായ സംഖ്യയാണ് എണ്ണിത്തീരാത്ത ശ്രേണിയെ എങ്ങിനെ രേഖപ്പെടുത്താം എന്നു നോക്കാം.

1, 2, 3, എന്നിങ്ങനെ അവസാനമില്ലാതെ

1, 2, 3,...........

ഇങ്ങനെയെല്ലാമാണ് ശ്രേണികളെ ശാസ്ത്രജ്ഞർ രേഖപ്പെടുത്തുന്നത്..

അനന്തത്തിൽ നിന്നു ഒരു സംഖ്യ ഉദാഹരണമായി 2 കുറച്ചാൽ ഉത്തരം അനന്തം തന്നെയായിരിക്കും.

എന്താണിങ്ങിനെ? കാരണം അനന്തം ഒരു സംഖ്യയല്ല എന്നതു തന്നെ. ഒരു സംഖ്യ അനന്തത്തിൽ നിന്നു കുറക്കുമ്പോൾ മാറ്റങ്ങൾ ഉണ്ടാകുമെങ്കിലും, പിന്നെയും അതു അനന്തസംഖ്യ തന്നെയാവും.

(∞(Infinity) -n = ∞(Infinity)) ഇവിടെ n എന്നത് ഒരു സംഖ്യയെ പ്രതിനിധാനം ചെയ്യുന്നു. (എത്രയും വലിയ സംഖ്യ ആയിക്കൊള്ള ട്ടെ). ഈ കാരണം കൊണ്ട് തന്നെ അനന്തത്തിൽ നിന്നു അനന്തം കുറച്ചാലോ? പിന്നെയും അനന്തം തന്നെ. അതു പോസിറ്റീവോ നെഗറ്റീവോ തന്നെ ആവാം.

(∞ - ∞ = ∞)

(∞+ ∞ = ∞)

അനന്തമായ സംഖ്യകളിൽ നിന്നു ഒറ്റ സംഖ്യകൾ (odd numbers) കുറച്ചാലോ? കിട്ടുന്നത് അനന്തമായ ഇരട്ട സംഖ്യകളുടെ (Even numbers) ശ്രേണിയാണ്.

∞ - ∞(ഒറ്റ) = ∞(ഇരട്ട), ഉത്തരം അനന്തം തന്നെ.

ഇങ്ങനെ നോക്കുമ്പോൾ ∞/2 = ∞, ∞/∞ = ∞,

∞*2 = ∞

ഇങ്ങനെ ഗണിതത്തിനു ഒരു പിടികിട്ടാപുള്ളിയാണെങ്കിലും ഗണിത ത്തിനും ശാസ്ത്രത്തിനും അനന്തം കൊണ്ട് പല ഗുണങ്ങളും ഉണ്ടായിട്ടുണ്ട്.

അനന്തത്തെപ്പറ്റി ബുദ്ധിപരമായ പല ധാരണകളും ലഭിക്കുന്നത് 1874-ൽ ജോർജ് കാന്റർ എന്ന ശാസ്ത്രജ്ഞനിലൂടെയാണ്. ഇദ്ദേഹം ജനിച്ചത് റഷ്യയിലാണെങ്കിലും വളർന്നതും പഠിച്ചതും ജർമനിയിലാണ്. ഗലീലിയോക്കും അനന്തങ്ങളെപ്പറ്റി വ്യക്തമായ ധാരണയുള്ളതായി പറയപ്പെടുന്നുണ്ടെങ്കിലും ജോർജ് കാന്റർ ആണ് വിവിധതരത്തിലുള്ള അനന്തങ്ങളെ പ്രതിനിധീകരിച്ച പൂർണ്ണമായ ഒരു ലോജിക്കൽ ഘടന (Logical structure) സങ്കല്പിക്കുകയും പ്രസിദ്ധീകരിക്കുകയും ചെയ്തത്. നിർഭാഗ്യമെന്നു പറയട്ടെ, അസൂയ പൂണ്ട കാന്ററുടെ ഗുരുനാഥനായ ക്രൊനേക്കർ (Kroneker) തന്നെ കാന്ററിന്റെ ധാരണകളെ അംഗീക രിക്കാതിരിക്കുകയും അതിനു വിലങ്ങു തടിയാവുകയും ചെയ്തു. ഇപ്രകാരമു ള്ള കാരണങ്ങളാൽ മാനസിക സംഘർഷം മൂലം കാന്റർ 1918ൽ മരിച്ചു.

കാന്റർ ആണ് അങ്കഗണിതത്തിൽ നിന്നു തുടങ്ങി വിവിധങ്ങളായ സംഖ്യകളെപ്പറ്റിയും അനന്തങ്ങളെയും ശ്രേണികളെയും കുറിച്ചും പഠനം നടത്തുകയും ഇവയിൽ ചിലതെല്ലാം ചേർത്ത്, അവക്ക് ട്രാൻസിൻഫി നിറ്റ് സംഖ്യകൾ (Transinfinite numbers) എന്നു നാമകരണം ചെയ്യുകയും ചെയ്തു.

അനന്തം ഗണിതത്തിൽ

X > ∞ ∞ എന്നത് വളരെ വലുതായ സംഖ്യയിലേക്ക് (അനന്തത്തോട്) അടുക്കുമ്പോൾ സമവാക്യത്തിന്റെ നിർദ്ധാരണം എളുപ്പമാകുന്നു.

Infinitesimal (വളരെ വളരെ ചെറിയ) ദശാംശ സംഖ്യകൾ calculus ലും സങ്കീർണ്ണമായ വിശകലനത്തിലും അനന്തത്തെ ഫലപ്രദമായി ഉപയോഗിക്കുന്നു. അനന്തവും അനന്തശ്രേണിയും ഭൗതികത്തിൽ (Physics) അർത്ഥവത്തായ അനുമാനങ്ങളിൽ എത്താൻ സഹായിക്കുന്നു. അതുപോലെ infinity ഉപയോഗിച്ചുള്ള നിർദ്ധാരണങ്ങൾ ഭൗതികത്തിൽ പല ഘട്ടങ്ങളിലും ശരിയായ ഉത്തരത്തിൽ എത്താൻ സഹായിക്കുന്നു.

പ്രപഞ്ചവിജ്ഞാനീയം (Cosmology)

പ്രപഞ്ചം അനന്തമാണെന്നു അഭിപ്രായപ്പെട്ടത് 1576ൽ തോമസ് ഡിഗേഴ്സ് ആണ്. ജിയോർഡാണോ ബ്രൂണോ 'അനന്തമായ പ്രപഞ്ചവും ലോകങ്ങളും' എന്നതിൽ ഇങ്ങനെ പ്രതിപാദിക്കുന്നു. 'എണ്ണമറ്റ സൂര്യന്മാർ നില നിൽക്കുന്നു. എണ്ണമറ്റ ഭൂമികൾ ഈ സൂര്യന്മാരെ ഏഴ് ഗ്രഹങ്ങൾ എങ്ങിനെയാണോ സൂര്യനെ കറങ്ങുന്നതു എന്നതുപോലെ കറങ്ങിക്കൊണ്ടിരിക്കുന്നു. ജീവജാലങ്ങൾ ഈ ലോകങ്ങളിൽ വസിക്കുന്നു. ' (അക്കാലത്തു സൗരയൂഥത്തിൽ ഏഴ് ഗ്രഹങ്ങളെ കുറിച്ച് മാത്രമേ അറിവുണ്ടായിരുന്നുള്ളു.)

ഭൗതികലോകത്തിൽ അനന്തത നിലനിൽക്കുന്നുണ്ടോ എന്നതിന് പ്രപഞ്ച ശാസ്ത്രജ്ഞർക്കു വ്യക്തമായ മറുപടിയുണ്ടായിരുന്നില്ല. ഭൂമിയിൽ ഒരു നേർരേഖയിലൂടെ സഞ്ചരിച്ചാൽ തുടങ്ങിയ ബിന്ദുവിൽ തന്നെ തിരിച്ചെത്തുമെന്നത് വാസ്തവമാണ്. അതുകൊണ്ട് നേർരേഖ അനന്തമാകുമോ?

എണ്ണമറ്റ സൂര്യന്മാരും നക്ഷത്രസമൂഹങ്ങളുമുള്ള പ്രപഞ്ചമോ? പ്രപഞ്ചം അനന്തവും അറ്റമില്ലാത്തതുമാണെന്ന് വ്യക്തമാണല്ലോ. അതുകൊണ്ടു ഭൗതികമായ അനന്തതയെന്നത് വാസ്തവം തന്നെയാവാതെ വയ്യ.

കംപ്യൂട്ടർ (Computer)

കംപ്യൂട്ടിങ്ങിൽ പോസിറ്റീവ് ആയതും നെഗറ്റീവ് ആയതുമായ അനന്ത സംഖ്യകൾ ഉണ്ട്. ഇവ മിക്കവാറും പൂജ്യത്തിനോട് (0) അടുത്ത സംഖ്യ കൊണ്ട് ഹരണം ചെയ്യുന്നത് കൊണ്ടോ പ്രത്യേക ഗണിത ഓപ്പറേറ്റർ (Operator) ഉപയോഗിക്കുന്നത് കൊണ്ടോ ആണ്.

അനന്തതയെന്ന സങ്കേതം. ലോകത്താകമാനം (പ്രത്യേകിച്ചും ചിത്രകാരന്മാർ)വളരെ നന്നായി ഉപയോഗിച്ചു വരുന്നുണ്ട്. അനന്തത പിടികിട്ടാപ്പുള്ളിയാണെങ്കിലും അതിനെ സൗന്ദര്യാൽമകമായി ഉപയോഗിക്കാം. ഗണിതത്തിലും ശാസ്ത്രത്തിലും ഒരു ലക്ഷ്യം കാണാനുള്ള ഉപാധിയായി അനന്തതയെ (Infinity) ഉപയോഗിക്കുന്നു.

പ്രാചീന സംഖ്യാ സമ്പ്രദായങ്ങൾ

ഇന്നത്തെ ദശാംശ സമ്പ്രദായം (Decimal system) വ്യത്യസ്ഥമായ സംസ്കാരങ്ങൾക്ക് കീഴിൽ നിരന്തരമായ പരിശ്രമത്തിലൂടെ വളർന്നു വന്നതാണെന്ന് പറയാം. നമ്പർ സമ്പ്രദായങ്ങൾക്ക് തുടക്കമിട്ടത് വിവിധ സംഖ്യകളെ ഉദ്ദേശിച്ച ചിഹ്നങ്ങൾ ഉപയോഗിച്ചു തുടങ്ങിയത് മുതലാണെന്നു പറയാം. വ്യത്യസ്ഥസംസ്കാരത്തോടു കൂടിയ ജനവിഭാഗങ്ങൾ ലോകത്തിന്റെ വിവിധ ഭാഗങ്ങളിൽ താമസമുറപ്പിച്ചുവല്ലോ. ഓരോ പ്രദേശത്തുള്ളവർ വ്യത്യസ്ഥമായ ചിഹ്നങ്ങൾ, നമ്പറുകളെ സൂചിപ്പിക്കുവാനായി വിവിധ ഘട്ടങ്ങളിൽ ഉപയോഗിച്ചു തുടങ്ങി. ഇന്നത്തെ രീതിയിലുള്ള സംഖ്യകൾ ഉപയോഗിച്ചു തുടങ്ങിയത് മനുഷ്യൻ എഴുതാൻ ആരംഭിച്ചത് മുതലാണ്. ആദ്യ കാലങ്ങളിൽ സംഖ്യകൾ വാക്കുകൾ കൊണ്ടാണ് സൂചിപ്പിച്ചതും എഴുതിയതും.

ബാബിലോണിയൻ സംഖ്യ സമ്പ്രദായം

യൂഫ്രട്ടീസ് ടൈഗ്രെസ് നദികൾക്കിടയിൽ താമസമാക്കിയ കാട്ടു ജാതിക്കാരിൽ പ്രധാനപ്പെട്ടതും പഴയതുമായ വംശജരാണ് സുമേരിയക്കാർ. അവർക്കു എണ്ണാനും എഴുതാനും ഉള്ള വിദ്യ വശമായിരുന്നു. പിന്നീട് ഈ ഭൂപ്രദേശം ബാബിലോണിയ കൈവശമാക്കിയപ്പോഴും, അവർ സുമേരിയക്കാർ തുടങ്ങി വെച്ച എണ്ണൽ രീതി പിന്തുടർന്നു. 5000 കൊല്ലങ്ങൾക്കു മുൻപ് തന്നെ അവർ സാംഖ്യികമായ ചിഹ്നങ്ങൾ ഉപയോഗിച്ചു തുടങ്ങിയിരുന്നു എന്നു പറയേണ്ടി വരും. മണ്ണിൽ നിന്നു കുഴിച്ചെടുത്ത പല ചരിത്രശിലകളും സൂചിപ്പിക്കുന്നത് ബാബിലോണിയക്കാർ

സെക്സജസിമൽ (Sexagesimal) സിസ്റ്റം(System) (60 ആധാരമായ സംഖ്യാ സമ്പ്രദായം) ഉപയോഗിച്ചിരുന്നു എന്നാണ്.

സെക്സജസിമൽ (Sexagesimal) സമ്പ്രദായത്തിൽ 59 സംഖ്യകൾക്കും പ്രത്യേക ചിഹ്നങ്ങൾ ഉണ്ട്. ഉദാഹരണമായി ഒന്നാമത്തെ സ്ഥാനത്തു 40, രണ്ടാമത്തെ സ്ഥാനത്തു 46, മൂന്നാമത്തെ സ്ഥാനത്തു 17 എന്നിങ്ങനെയാണെങ്കിൽ സംഖ്യ താഴെപ്പറയുന്ന പോലെ ആയിരിക്കും.

$$x = 17\times60^2 + 46\times60 + 40$$

$$=64000$$

BC 3000 കാലഘട്ടത്തിൽ ബാബിലോനിയക്കാർ പൂജ്യം (0) ഉപയോഗിച്ചതായി അറിവില്ല. 700 BC ക്ക ശേഷമാണ് അവർ പൂജ്യം (0) ഉപയോഗിച്ചതിന്റെ തെളിവുകൾ ലഭിക്കുന്നത്.

മായൻ സംഖ്യാസമ്പ്രദായം

കാലക്രമത്തിൽ മദ്ധ്യഅമേരിക്കയിലും തെക്കെ അമേരിക്കയിലും ഉണ്ടായിരുന്ന മായൻ സംസ്കാരം പരിചയപ്പെടുത്തിയ സംഖ്യ സമ്പ്രദായം വളരെ ശ്രദ്ധേയമായിരുന്നു. ഈ സംഖ്യാസമ്പ്രദായമായിരുന്നു വിജസിമൽ (Vigesimal)(20ആധാരമായ സംഖ്യാസമ്പ്രദായം). ഇതിൽ പൂജ്യം ഒരു ഷെൽ (Shell) രൂപത്തിലും ഒന്ന്(1) dot രൂപത്തിലും അഞ്ചു ബാർ രൂപത്തിലുമാണ് രേഖപ്പെടുത്തുന്നത്. ഉദാഹരണമായി 13 എന്നതിന് നിരയായി മൂന്ന് ഡോട്ടുകൾ രണ്ട് horizontal ബാറിനു മുകളിൽ രേഖപ്പെടുത്തുകയാണ് ചെയ്യുന്നത്.

മായൻ സമ്പ്രദായത്തിൽ 20 ന്റെ അടിസ്ഥാനമായിട്ടാണ് സംഖ്യകളെ കാണുന്നത്. ഉദാഹരണമായി മായൻ സമ്പ്രദായത്തിൽ 33= (1×20+13) എന്നാണ്. ഇൻഡോ അറബി ദശാംശ സമ്പ്രദായത്തിൽ 33= (3×10 + 3) എന്നാണ്. ദശാംശ സമ്പ്രദായത്തിനു മായൻ സമ്പ്രദായവുമായി വളരെയധികം സാമ്യം ഉണ്ട്.

ചിലപ്പോഴെങ്കിലും മായൻ സമ്പ്രദായത്തിൽ ഡോട്ടിനു പകരമായി മറ്റു ചില ചിത്രങ്ങളും മുഖരൂപങ്ങളും ഉപയോഗിച്ചിരുന്നു.

റോമൻ സംഖ്യാസമ്പ്രദായം

റോമൻ സംഖ്യാ സമ്പ്രദായം റോമിൽ നിന്നു തന്നെയാണ് ഉടലെടുത്തത്. ഇത് യൂറോപ്പിലാകെ വ്യാപിക്കുകയും മദ്ധ്യകാലഘട്ടത്തിന്റെ അവസാനം വരെ സംഖ്യകൾ രേഖപ്പെടുത്താനുള്ള മാർഗ്ഗമായി നിലനിൽക്കുകയും ചെയ്തിരുന്നു. 14-ആം നൂറ്റാണ്ടിന്റെ അവസാനമായപ്പോഴേക്കും അറബിക് സംഖ്യാ സമ്പ്രദായം ക്രമേണ റോമൻ സംഖ്യകൾക്ക

പകരമായി ഉപയോഗിച്ചു തുടങ്ങി. ഇന്നും ലോകവ്യാപകമായി പല രംഗത്തും റോമൻ നമ്പറുകൾ ഉപയോഗിക്കുന്നുണ്ടല്ലോ.

റോമൻസംഖ്യകൾ താഴെ കൊടുത്തിരിക്കുന്നു. ബ്രാക്കറ്റിൽ ദശാംശസമ്പ്രദായത്തിലെ സംഖ്യകളും ചേർത്തിരിക്കുന്നു.

I(1), V(5), X(10), L(50), C(100), D(500), M(1000)

I(1), II(2), III(3), IV(4), V(5), VI(6), VII(7), VIII(8), IX(9), X(10), XI(11), XII(12).... etc

MCM എന്നെഴുത്തിയാൽ റൊമൻ സംഖ്യകൾ പ്രകാരം 1900 എന്നാണ്.

MM എന്നാണെങ്കിൽ 2000 എന്നാണ്

MMXX എന്നത് 2020 നെ സൂചിപ്പിക്കുന്നു.

ഗ്രീക്ക് സംഖ്യാ സമ്പ്രദായം

ഗ്രീക്ക് സംഖ്യാ സമ്പ്രദായം ഗ്രീക്ക് അക്ഷരങ്ങൾ ഉപയോഗിച്ചു സംഖ്യകൾ എഴുതുന്ന സമ്പ്രദായമാണ്. ഇതിനെ അയോണിക് (Ionic), അയോണിയൻ (Ionian), മൈലേഷ്യൻ (Milesian), അലക്സാണ്ടറിയൻ സംഖ്യാ സമ്പ്രദായം എന്നെല്ലാം ഇതിനെ പറയുന്നുണ്ട്.

പ്രാചീന ഗ്രീസിൽ വളരെ ബുദ്ധിമാന്മാരായ ഗണിതജ്ഞർ ജീവിച്ചിരുന്നുവെന്നത് വാസ്തവമാണ്. ജ്യോമിതിയിൽ ഗ്രീക്കുകാരുടെ സംഭാവനകൾ വളരെ വലുതാണ്.

സംഖ്യാ സമ്പ്രദായത്തിന്റെ കൂടുതൽ വിവരണങ്ങൾ താഴെ കൊടുത്തിരിക്കുന്നു.

α(1) alpha, ß(2) beta, γ(3) gamma, δ(4) delta,ε(5) epsilon, ς(6) vau, ζ(7) zeta, η(8) eta, θ(9) theta

10,100,1000,10000.... തുടങ്ങി സംഖ്യകൾക്കു പ്രത്യേക ചിഹ്നങ്ങളുണ്ട്.

ഈജിപ്ഷ്യൻ സംഖ്യാ സമ്പ്രദായം

ഈജിപ്ഷ്യൻ സമൂഹം വളരെ സംസ്കാരസമ്പന്നമായ സമൂഹമായിരുന്നല്ലോ. അവർക്കു ചിഹ്നങ്ങളെ അടിസ്ഥാനമാക്കിയ സംഖ്യാ സമ്പ്രദായമാണ് ഉണ്ടായിരുന്നത്. ഈജിപ്റ്റുകാരുടെ ഗണിതത്തിലുള്ള സംഭാവനകളെ പലരും പുകഴ്ത്തിയിട്ടുണ്ട്. അരിസ്റ്റോട്ടിൽ ഗണിതത്തിന്റെ ഉത്ഭവം തന്നെ ഈജിപ്റ്റാണെന്നു പറഞ്ഞിട്ടുണ്ട്. 60 അടിസ്ഥാനമാക്കിയ സംഖ്യാ സമ്പ്രദായം അവർ ഉപയോഗിച്ചിരുന്നെങ്കിലും പൂജ്യം (0) ഒരു സംഖ്യയായി അവർ ഉപയോഗിച്ചിരുന്നില്ല.

ചൈനീസ് സംഖ്യാസമ്പ്രദായം

10 അടിസ്ഥാനമാക്കിയാണ് ചൈനീസ് സമ്പ്രദായം. 0 മുതൽ 9 വരെയുള്ള സംഖ്യകൾക്കു പ്രത്യേക ചിഹ്നങ്ങളുണ്ട്. അതുപോലെ 10,100,1000,10000... തുടങ്ങിയ സംഖ്യകൾക്കും പ്രത്യേക ചിഹ്നങ്ങളുണ്ട്. ഇന്നു 3 തരം സംഖ്യാ സമ്പ്രദായം ചൈനയിൽ നിലവിലുണ്ട്. അറബിക് സമ്പ്രദായം എന്നറിയപ്പെടുന്ന ഇൻഡോ -ചൈനീസ് സമ്പ്രദായവും മറ്റു രണ്ട് ചൈനീസ് സമ്പ്രദായവും.

(ഇൻഡോ അറബിക് സമ്പ്രദായത്തെക്കുറിച്ച് ദശാംശ സമ്പ്രദായത്തിൽ വിവരിക്കുന്നുണ്ട്)

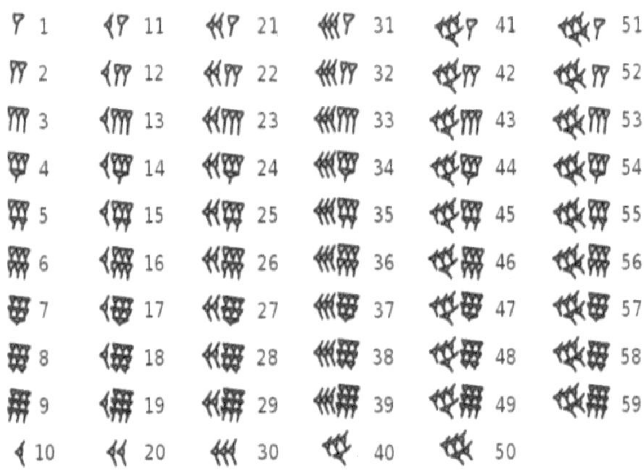

Fig:സെക്സജസിമൽ (Sexagesimal)സമ്പ്രദായത്തിൽ അക്കങ്ങളുടെ ചിഹ്നങ്ങൾ.

1	α	alpha	10	ι	iota	100	ρ	rho
2	β	beta	20	κ	kappa	200	σ	sigma
3	γ	gamma	30	λ	lambda	300	τ	tau
4	δ	delta	40	μ	mu	400	υ	upsilon
5	ϵ	epsilon	50	ν	nu	500	ϕ	phi
6	ϛ	vau*	60	ξ	xi	600	χ	chi
7	ζ	zeta	70	ο	omicron	700	ψ	psi
8	η	eta	80	π	pi	800	ω	omega
9	θ	theta	90	ϙ	koppa*	900	ϡ	sampi

*vau, koppa, and sampi are obsolete characters

Fig:ഗ്രീക്ക് സമ്പ്രദായത്തിൽ അക്കങ്ങളുടെ ചിഹ്നങ്ങൾ

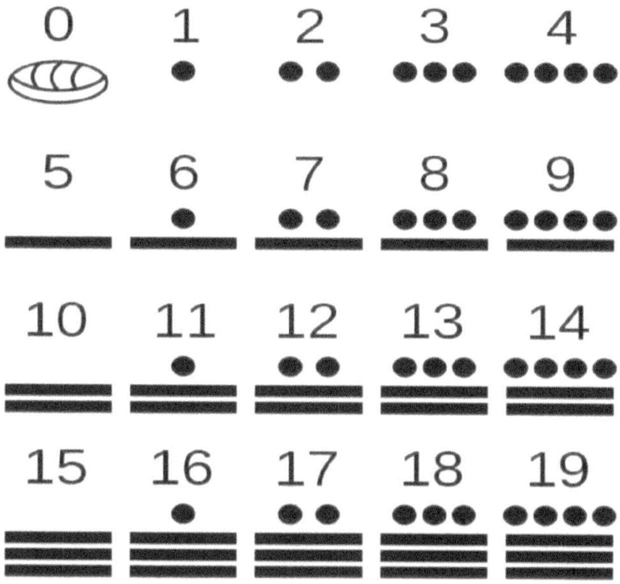

Fig:മായൻ സമ്പ്രദായം (വെജിസിമൽ (Vegesimal) സമ്പ്രദായം- 20 അടിസ്ഥാന മാക്കിയ സമ്പ്രദായം)

മലയാളം അക്കങ്ങൾ

മലയാളം അക്കങ്ങൾ ഒരു കാലത്ത് വളരെയധികം പ്രചാരത്തിലുണ്ടായിരുന്നു എന്നു വേണം കരുതാൻ.അറബിക് -ഹിന്ദ് അക്കങ്ങൾ പ്രചുര പ്രചാരത്തിൽ ആയതോടെ മലയാളം അക്കങ്ങൾ ക്രമേണ സ്മൃതിയിലാണ്ടു. ബ്രഹ്മി സ്ക്രിപ്റ്റിനെ അടിസ്ഥാനമാക്കിയ ഇത്തരം അക്കങ്ങൾ മിക്ക ഇന്ത്യൻ ഭാഷകളിലും നിലവിലുണ്ടായിരുന്നു.

മലയാളം അക്ഷരങ്ങൾ ആദ്യകാലത്തു വട്ടെഴുത്തിനെ അടിസ്ഥാനമാക്കിയ ബ്രഹ്മി ലിപികളിൽ നിന്നാണ് രൂപപ്പെട്ടതെന്നു പറയപ്പെടുന്നു. പിന്നീട് പല്ലവ സ്ക്രിപ്റ്റിന്റെയും കോലെഴുത്തിന്റെയും സ്വാധീനമുണ്ടായിട്ടുണ്ട്. ഇത്തരം ലിപികളുടെ സ്വാധീനം മലയാളം അക്കങ്ങൾ രൂപപ്പെടുത്തുന്നതിൽ ഉണ്ടായിരുന്നിരിക്കണം. ഇന്ത്യയിലെ വ്യത്യസ്ത ഭാഷകൾക്ക് അക്കങ്ങൾ രൂപപ്പെടുത്താൻ വ്യത്യസ്ഥ ചിഹ്നങ്ങൾ ഉണ്ടായിരുന്നു. ഭാഷകൾക്കുള്ള സാദൃശ്യം പോലെതന്നെ ഓരോ ഭാഷയിലെയും അക്കങ്ങളുടെ ചിഹ്നങ്ങൾ തമ്മിലും സാദൃശ്യം ഉണ്ട്. ഹിന്ദി പോലെയുള്ള ചില ഭാഷകളിൽ അക്ക ചിഹ്നങ്ങൾ ഇപ്പോഴും വ്യാപകമായി ഉപയോഗിക്കുന്നു.

പരക്കെ ഉപയോഗിച്ചിരുന്ന മലയാള അക്കങ്ങൾ ആരും തന്നെ ഉപയോഗിക്കാതായിരിക്കുന്നു. പലരും തന്നെ ഇങ്ങനെയൊരു അക്ക ചിഹ്നങ്ങൾ നിലവിലുണ്ടായിരുന്നു എന്ന് അറിയാത്തവരാണ്.

അറബിക് - ഹിന്ദ് അക്കങ്ങൾ പ്രചുര പ്രചാരത്തിലാവുന്നതിനു മുൻപായി മലയാള അക്കങ്ങളും അക്ഷരങ്ങളും പരസ്പര പൂരകങ്ങളായി ഉപയോഗിച്ചിരുന്നു എന്നു വേണം കരുതാൻ

0 മുതൽ 9 വരെയുള്ള സംഖ്യകൾക്കുള്ള ചിഹ്നങ്ങൾ കൂടാതെ മറ്റു ചില പ്രധാന സംഖ്യകൾക്കും പ്രത്യേക ചിഹ്നങ്ങൾ ഉണ്ടായിരുന്നു. അതുപോലെ ഭിന്നകങ്ങൾക്കും ചിഹ്നങ്ങൾ ഉണ്ടായിരുന്നു.

അക്ഷരസംഖ്യകൾ

പ്രാചീന കാലത്ത് സംഖ്യകളെ സൂചിപ്പിക്കാൻ പദ്യരൂപത്തിലും ഗദ്യരൂപത്തിലും ഉള്ള വിശദീകരണങ്ങളാണ് ലഭിച്ചിരുന്നത്. പ്രാചീന ഭാരതത്തിലാണെങ്കിൽ ഭാഷയിലെ അക്ഷരങ്ങളെ സംഖ്യകൾ സൂചിപ്പിക്കാൻ ഉപയോഗിച്ചിരുന്നു. ഗുണനവും സങ്കലനവും വ്യവകലനവും ആയി ബന്ധപ്പെട്ട പദങ്ങൾ പലപ്പോഴും ഗണിത ക്രിയകളുമായി ബന്ധപ്പെട്ട് ഉപയോഗിച്ചിരുന്നു.

ഉദാ

വകം (2×9)

ത്രിനവകം (3×9)

ത്രുംശതി (30+8)

ഏകോനശതം (100-1)

ഏകേനവിംശതി (20-1)

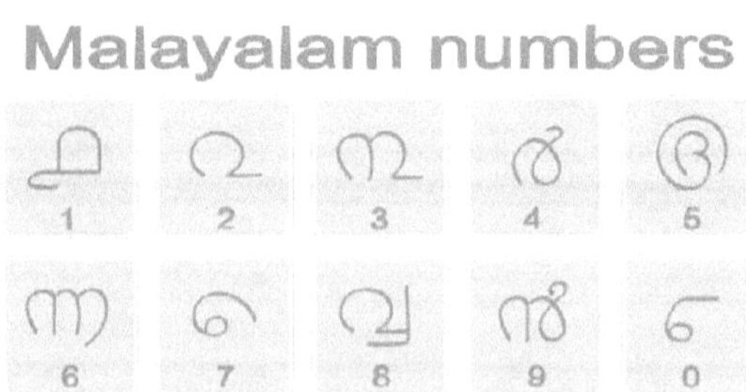

മുൻപറഞ്ഞ മാർഗ്ഗങ്ങൾ വളരെ ബുദ്ധിമുട്ടുള്ളത് ആയതിനാലാവും അക്ഷര സംഖ്യകൾ ഉപയോഗിച്ച് തുടങ്ങിയത് എന്നു കരുതുന്നു.മൂന്നിനം അക്ഷര സംഖ്യകളാണ് ഉണ്ടായിരുന്നത്. ഭൂതസംഖ്യ രീതി, ആര്യാഭടീയ രീതി, കപടയാദി എന്നിവ.

ഭൂത സംഖ്യാരീതി

ജനങ്ങളിൽ രൂഢമൂലമായ ചില വിശ്വാസങ്ങളെ അടിസ്ഥാനമാക്കിയ ചില വാക്കുകൾ ഇതിൽ ഉപയോഗിക്കുന്നുണ്ട്. ആകാശം ശൂന്യത്തെയും (0), ദോഷം 3 നെയും ബാണം 5 നെയും പർവതം 7നെയും വസു 8 നെയും അവതാരം 10 നെയും സൂചിപ്പിക്കുന്നു. ഈ വാക്കുകളുടെ പാര്യയങ്ങളും ഇതേ സംഖ്യാ തന്നെ സൂചിപ്പിക്കുന്നു.ഇത്തരത്തിൽ സംഖ്യകൾക്ക് പകരമായി ഉപയോഗിക്കാവുന്ന പദങ്ങളുടെ നീണ്ട പട്ടിക തന്നെയുണ്ട്

ആര്യാഭടീയ രീതി

വളരെ വലിയ സംഖ്യകളെപ്പോലും വളരെക്കുറച്ച അക്ഷരങ്ങൾ കൊണ്ടു സൂചിപ്പിക്കുവാൻ ആര്യാഭടീയ രീതി മൂലം കഴിയും. 'ക' മുതൽ 'മ' വരെയുള്ള വർഗ്ഗ അക്ഷരങ്ങൾക്ക് 1 മുതൽ 25 വരെയുള്ള വിലകൾ കൽപ്പിക്കാൻ സാധിക്കും.

'യ' മുതൽ 'ഹ' വരെയുള്ള സംഖ്യകൾക്ക് യഥാക്രമം 30,40,50,60......100 എന്നിങ്ങനെ വിലകളായിരുന്നു

അ, ഇ, ഉ, ഋ, ൡ, എ, ഐ, ഒ, ഔ എന്നീ 9 സ്വരങ്ങൾക്കും $100^0, 100^1, 100^2, 100^3 ...... 100^8$ എന്നീ വിലകൾ കല്പിച്ചിരിക്കുന്നു.

ഉദാ

ച = ച് +അ $= 7\times100^0 = 6$

ചി = ച് +ഇ$=6\times100^1 = 600$

ചു =ച് + ഉ $= 6\times 100^2$

പരൽപ്പേര് (കടപയാദി)

കേരളീയമായ ഈ സമ്പ്രദായത്തെ പരൽപ്പേര്, കടപയാദി എന്നിങ്ങനെ പറയുന്നു. ആര്യഭടീയ രീതി അടിസ്ഥാനമായി ആണ് ഈ സമ്പ്രദായം ഉണ്ടായത് എന്നു പറയപ്പെടുന്നു. താഴെ ആദ്യത്തെ വരിയിൽ അക്കങ്ങളും അക്കങ്ങൾക്ക് നേരെ താഴെ അവയെ കുറിക്കുന്ന അക്ഷരങ്ങളും രേഖപ്പെടുത്തിയിരിക്കുന്നു.

KaTaPaYadi System									
1	2	3	4	5	6	7	8	9	0
ക	ഖ	ഗ	ഘ	ങ	ച	ഛ	ജ	ഝ	ഞ
ട	ഠ	ഡ	ഢ	ണ	ത	ഥ	ദ	ധ	ന
പ	ഫ	ബ	ഭ	മ					
യ	ര	ല	വ	ശ	ഷ	സ	ഹ	ള	ഴ, റ

പ്രാചീനകാലത്തു ദശംസ സമ്പ്രദായം പ്രചാരത്തിലാവുന്നതിനു മുൻപ് ഇത്തരം സംഖ്യാരീതികൾ, ജ്യോതി ശാസ്ത്രത്തിൽ കൂടുതലായും ഉപയോഗിക്കേണ്ടിയിരുന്നു.

ദശാംശ സമ്പ്രദായത്തിലേക്കു

ഹിന്ദ് -അറബിക് സംഖ്യാക്രമം

ആദ്യഘട്ടങ്ങളിൽ അറബി സംഖ്യാ സമ്പ്രദായത്തിൽ സംഖ്യകളെ സൂചിപ്പിക്കാൻ മറ്റ് ചിഹ്നങ്ങളോ ചിത്രങ്ങളോ ഉണ്ടായിരുന്നില്ല. ഗ്രീസിനോടും ഇന്ത്യൻ പ്രദേശങ്ങളോടും ചേർന്നു കിടന്ന പ്രദേശങ്ങളായതിനാൽ ഗ്രീസ് സംഖ്യാ ചിഹ്നങ്ങളും ഇന്ത്യൻ ചിഹ്നങ്ങളും ഉപയോഗിക്കുകയാണ് ഉണ്ടായത്.

8-ആം നൂറ്റാണ്ടിനു മുൻപ് ഗ്രീക്ക് ചിഹ്നങ്ങൾ തന്നെയാണ് അറബികൾ ഉപയോഗിച്ചിരുന്നത്. 8-ആം നൂറ്റാണ്ടോടെ ഇന്ത്യൻ അക്കങ്ങൾ (ഹിന്ദ് numerals) അറബി നാടുകളിൽ എത്തുകയും, അറബി കച്ചവടക്കാർ അതു ഏറ്റെടുക്കുകയും ചെയ്തു. വളരെ പെട്ടന്നു തന്നെ അറബികൾ ഇന്ത്യൻ അക്കങ്ങൾ വ്യാപകമായി ഉപയോഗിച്ചു തുടങ്ങി.

അറബികളിലൂടെ 10-ആം നൂറ്റാണ്ടിൽ ഈ സംഖ്യാസമ്പ്രദായം യൂറോപ്പിൽ പ്രചരിച്ചു. ആദ്യമായി 976 AD യിൽ സ്പെയിനിലാണ് പ്രചരിച്ചത്. ഈ വ്യവസ്ഥക്ക് പിന്നീട് 10 അടിസ്ഥാനമാക്കിയ ദശാംശ സമ്പ്രദായം (Decimal system) എന്ന് പേര് വന്നു. ഈ സംഖ്യാവ്യവസ്ഥക്ക് തുടക്കമിട്ടതു ഇന്ത്യക്കാരും പ്രചരിപ്പിച്ചതു അറബികളും ആയതിനാൽ ഇത്തരം സംഖ്യാവ്യവസ്ഥയെ ഹിന്ദ്-അറബിക് സമ്പ്രദായം എന്ന് അറിയപ്പെട്ടു. ഹിന്ദ്-അറബിക് സമ്പ്രദായവും ആധുനിക സംഖ്യകളും തമ്മിലുള്ള സാദൃശ്യം വളരെ പ്രകടമാണ്. 'History of Mathematics' എന്ന പുസ്തകത്തിൽ D.E. Smith ഇത്തരത്തിൽ ഹിന്ദ് -അറബിക് നമ്പറുകളെക്കുറിച്ച് വ്യക്തമായി വിരൽ ചൂണ്ടുന്നുണ്ട്.

ഇന്ത്യയിലുണ്ടായിരുന്ന സംഖ്യാ വ്യവസ്ഥകൾ

അശോകന്റെ കാലത്തു ഗാന്ധാരം ദേശത്തു (ഇന്നത്തെ കിഴക്കേ അഫ്ഗാനിസ്ഥാനും പഞ്ചാബും ചേർന്ന പ്രദേശങ്ങൾ) കാരോസ്തി സ്ക്രിപ്റ്റിനെ (273 AD) അടിസ്ഥാനമാക്കിയാണ് സംഖ്യകൾ പ്രചാരത്തിലുണ്ടായിരുന്നത്. അതേ സമയങ്ങളിൽ തന്നെ ഇന്ത്യയുടെ മറ്റു പ്രദേശങ്ങളിൽ ബ്രഹ്മി ലിപികളുപയോഗിച്ച് പത്തു അടിസ്ഥാനമാക്കിയ ബ്രഹ്മി എന്ന സംഖ്യ സമ്പ്രദായവും നിലനിന്നിരുന്നു.

BC ഒന്നാം നൂറ്റാണ്ടിലും AD ഒന്നാം നൂറ്റാണ്ടിലും ശാകാസ് (Shakas)എന്ന സംഖ്യാ സമ്പ്രദായം നിലനിന്നിരുന്നു. മറ്റു ചില സംഖ്യാ സമ്പ്രദായങ്ങൾ കുഷാൻ കാലഘട്ടത്തിലും ഗുപ്താ കാലഘട്ടത്തിലും (400 AD) നിലവിലുണ്ടായിരുന്നു.

ഇതിനെല്ലാം പുറമെ ചില പ്രാദേശികരീതികളും സംഖ്യകൾ എഴുതുന്നതിനായി ഇന്ത്യയിലും ഇതര ഏഷ്യൻ പ്രദേശങ്ങളിലും നിലനിന്നിരുന്നു.

സംഖ്യാ ശ്രേണി ദശാംശ സമ്പ്രദായത്തിലൂടെ

പ്രാചീന കാലത്തെ സംസ്കൃത സാഹിത്യത്തിലും വേദ കാലഘട്ടത്തിലെ വിവരങ്ങളിലും 10 അല്ലാത്ത സംഖ്യ അടിസ്ഥാന സംഖ്യയായി കണക്കാക്കിയതിന്റെ തെളിവുകളൊന്നും ലഭ്യമല്ല. അതു മാത്രമല്ല വലിയ സംഖ്യകൾ 10 ന്റെ power ആയി രേഖപ്പെടുത്തിയിരുന്നു താനും. ഒന്ന് തൊട്ട് ഒമ്പതു വരെയുള്ള സംഖ്യകൾ എഴുതിയതിനു ശേഷം പത്താമത്തെ സംഖ്യ എഴുതുമ്പോഴാണ് പ്രതിസന്ധി നേരിട്ടത്.

Sexagesimal (60 അടിസ്ഥാനമാക്കിയത്) അല്ലെങ്കിൽ 20 അടിസ്ഥാനമാക്കിയ സംഖ്യാ സമ്പ്രദായം, എന്നിവയെല്ലാം ഉപയോഗിക്കുകയാണെങ്കിൽ കൂടുതൽ സംഖ്യകൾക്കു പ്രത്യേക ചിഹ്നം ആവശ്യമാണല്ലോ.

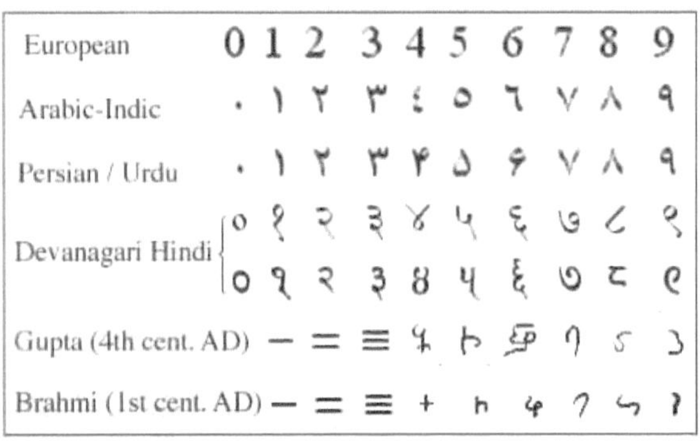

ദശാംശ സമ്പ്രദായത്തിൽ ആദ്യകാലത്ത് 1 എഴുതിയതിനു ശേഷം വലതുവശം ശൂന്യമായി ഇടുകയോ പൂജ്യം രേഖപ്പെടുത്തുകയോ ആണല്ലോ ചെയ്തിരുന്നത്. ഇവിടെ യൂണിറ്റ് സ്ഥാനത്ത് ഒന്നും എഴുതേണ്ട ആവശ്യമില്ലാത്തതിനാൽ 0 എഴുതുകയാണ് ചെയ്തത്. (0 യുടെ കണ്ടു പിടുത്തത്തിന് ശേഷം). 1 നു വലതു വശത്തായി 1 തൊട്ട് 9 വരെയുള്ള സംഖ്യകൾ ഓരോന്നു ആയി എഴുതി 11 തൊട്ട് 19 വരെയുള്ള സംഖ്യകൾ എഴുതാമെന്നായി

അതിനു ശേഷം 20 തൊട്ട് 29 വരെയുള്ള സംഖ്യകൾക്കും പിന്നീട് മറ്റു സംഖ്യകളും.....ഇത്തരത്തിൽ ദശാംശ സമ്പ്രദായത്തിൽ സംഖ്യകൾ നീണ്ടു പോകുന്നു.

വേദ കാലഘട്ടത്തിലെ തൈത്തിരിയ സംഹിതയിൽ (Taitirriya samhita) ഒന്നിന് ശേഷം 12 പൂജ്യം (0) വരെ ഇടുന്നതിനെപ്പറ്റി പ്രതി പാദിക്കുന്നുണ്ട്.

ബുദ്ധകാലത്തെ കൃതിയായ ലളിതവിസ്താരത്തിൽ (Lalitvistara) 1 നു ശേഷം 53 പൂജ്യം ഇടുന്നതിനെ കുറിച്ച് രേഖപ്പെടുത്തിയിട്ടുണ്ട്.

പിന്നീട് പൂജ്യത്തിന്റെ കണ്ടുപിടിത്തവും അതിന്റെ വ്യാപകമായ ഉപയോഗവും ദശാംശ സമ്പ്രദായത്തിന്റെ വളർച്ചക്ക് കാരണമായി. ഭിന്നകങ്ങൾ ദശാംശ സംഖ്യാ സമ്പ്രദായത്തിൽ വളരെ എളുപ്പത്തിൽ രേഖപ്പെടുത്താമെന്ന നിലയിലായതും സംഖ്യാ സമ്പ്രദായത്തെയും സർവ്വോപരി ഗണിതത്തിന്റെ വളർച്ചയെയും വളരെയധികം സഹാ യിച്ചിട്ടുണ്ട്.

ബൈനറി സമ്പ്രദായം
(Binary system)

രണ്ട് അക്കങ്ങൾ മാത്രമുള്ള സമ്പ്രദായമോ? അതൊരു തമാശയായി കരുതിയ കാലമുണ്ടായിരുന്നു. ഇന്നോ? സാങ്കേതിക വിദ്യയുടെ ഉന്നതിയിൽ ഡിജിറ്റൽ ഇലക്ട്രോണിക്സിന്റെ അടിസ്ഥാനമായി കമ്പ്യൂട്ടറിൽ ഉപയോഗിക്കുന്ന സംഖ്യ സമ്പ്രദായമായി ഇത് തിളങ്ങി നിൽക്കുന്നു.

കമ്പ്യൂട്ടറുകളിൽ 0,1 അക്കങ്ങൾ മാത്രം ഉള്ള ബൈനറി സമ്പ്രദായ മാണ് ഉപയോഗിക്കുന്നത്. 2 ആണ് ഈ സംഖ്യാ സമ്പ്രദായത്തിന്റെ ആധാരം.10 ആധാരമായ ദശാംശ (Decimal) സമ്പ്രദായമാണല്ലോ നാം സാധാരണ ഉപയോഗിക്കുന്നത്. ആധാരം എത്രയാണോ അതയും അക്കങ്ങൾ ആ സമ്പ്രദായത്തിൽ ആവശ്യമാണ്. അതായത് 0 മുതൽ 9 വരെ പത്തു അക്കങ്ങൾ ദശാംശ സമ്പ്രദായത്തിൽ ആവശ്യമാണ്. അതേ സമയം ബൈനറി സമ്പ്രദായത്തിൽ 2 അക്കങ്ങളെ ആവശ്യമു ള്ളൂ. 0,1 എന്നിവ

ദശാംശസംഖ്യ	ബൈനറിസംഖ്യ
0	0000
1	0001
2	0010
3	0011

4	0100
5	0101
6	0110
8	0111
9	1000
10	1001

ബൈനറി സമ്പ്രദായത്തിൽ, ദശാംശ സംഖ്യകൾ എഴുതുന്നത് കൂടുതൽ വിഷമകരവും നീണ്ടതുമായ പ്രക്രിയയാണ്. ഉദാഹരണമായി 253 എന്ന സംഖ്യ ബൈനറി സമ്പ്രദായത്തിൽ എഴുതുമ്പോൾ 11111101 എന്നാണ്. ബൈനറി സമ്പ്രദായത്തിൽ കമ്പ്യൂട്ടർ മനസ്സിലാക്കുന്നത് സ്വിച്ച് (Switch) ON ആണൊ OFF ആണൊ എന്ന നിലക്കാണ്. അങ്ങനെ നോക്കുമ്പോൾ കമ്പ്യൂട്ടറിനു എളുപ്പത്തിൽ മനസ്സിലാകുന്ന സമ്പ്രദായമാണ് ബൈനറി സമ്പ്രദായം (Binary System)

ഒരു ദശാംശ സംഖ്യയെ എങ്ങിനെ ബൈനറി സംഖ്യയാക്കാമെന്നു നോക്കാം.

25/2 = 12 with Remainder1

12/2 = 6 Remainder 0

6/2 = 3 Remainder 0

3/2 = 1 Remainder 1

1/2 = 0 Remainder 1

25 നെ ബൈനറി സംഖ്യയാക്കുമ്പോൾ ലഭിക്കുന്നത് 11001 എന്നു ലഭിക്കുന്നു.

ഇനി 11001നെ എങ്ങിനെ ദശാംശ സമ്പ്രദായമാക്കാമെന്നു നോക്കാം.

$1\times24+1\times2^3 +0\times2^2+0\times21+ 1\times2^0 = 25$

Straight Binary സമ്പ്രദായത്തിനു പുറമെ octal, Hexadecimal, Binary Coded decimal എന്നീ സമ്പ്രദായത്തിൽ പെട്ട സംഖ്യകൾ ബൈനറി ആക്കിയതിനു ശേഷം ഡിജിറ്റൽ ഉപകരണങ്ങളിൽ ഉപയോഗിക്കുന്നു. Octal,8 അടിസ്ഥാനമാക്കിയും Hexadecimal, 16 അടിസ്ഥാനമാക്കിയുമുള്ള സംഖ്യസമ്പ്രദായങ്ങളാണ്.

170 നെ octal സംഖ്യയാക്കുമ്പോൾ 252 ആണ് ലഭിക്കുക. 252 എന്ന octal നമ്പറിനെ താഴെ കാണിച്ച പോലെ ബൈനറി ആണു സംഖ്യയാക്കാം.

252 Octal, Decimal സംഖ്യ ആക്കുന്നത് എങ്ങിനെ എന്നു നോക്കാം

$2\times8^2 + 5\times8^1 + 2\times8^0 = 170$

Octal	2	5	2
Decimal	1	7	0
BCD	010	101	010

ഇതേപോലെ തന്നെ സംഖ്യകളും Hexadecimal സംഖ്യകളും രേഖപ്പെടുത്താവുന്നതാണ്.

Hexadecimal System

ദശാംശ	ബൈനറി	ഹെക്സ ഡെസിമൽ
0	0000	0
1	0001	1
2	0010	2
3	0011	3
4	0100	4
5	0101	5
6	0110	6
7	0111	7
8	1000	8
9	1001	9
10	1010	A
11	1011	B
12	1100	C
13	1101	D
14	1110	E
15	1111	F

Binary coded decimals (BCD) ബൈനറി

BCD സമ്പ്രദായത്തിൽ ദശാംശ സമ്പ്രദായത്തിന്റെയും ബൈനറി സമ്പ്രദായത്തിന്റെയും പ്രത്യേകതകൾ സംയോചിതമാണ്.

കോഡഡ് ദശാംശ സംഖ്യ 369 ആണെങ്കിൽ അതു തന്നെയായിരിക്കും ദശാംശ സംഖ്യയും.

sankya (Number)	3	6	9
BCD number	0011	0110	1001

പൊതുവായി ഉപയോഗിക്കുന്ന BCD കോഡ് പോലെ മറ്റു ചില BCD കോഡുകളും നിലവിലുണ്ട്. (Excess-3 code)

ബൂളീൻ ആൾജിബ്ര (Boolean Algebra)

ലോജിക്കും ഗണിതവും തമ്മിലുള്ള ബന്ധം വളരെ പ്രസിദ്ധമാണല്ലോ.1854 ൽ വ്യത്യസ്തമായയൊരു ആൾജിബ്ര രീതി കണ്ടുപിടിച്ചു. ആ ആൾജിബ്ര രീതി ഒരു നൂറ്റാണ്ടിനു ശേഷം ഷാനോൻ (Shannon) ഡിജിറ്റൽ സിസ്റ്റംസ് രൂപകൽപന ചെയ്യാൻ ഉപയോഗിക്കുകയാണ് ഉണ്ടായത്. ഡെമോർഗന്റെ (De Morgan) തത്വങ്ങൾ ഡിജിറ്റൽ എലെക്ട്രോണിക്ക്സിന്റെയും ലോജിക് ഗേറ്റുകളുടെയും കമ്പ്യൂട്ടർ സാങ്കേതിക വിദ്യയുടെയും വികസനത്തിനു വളരെയധികം സഹായിച്ചു. നമ്പർ സമ്പ്രാദയവുമായി ബന്ധപ്പെട്ട് വിശദമായ അത്തരം കാര്യങ്ങൾ ഉൾപ്പെടുത്തുന്നില്ല.

ഗൂഗോളും ട്രില്യണും

വിശ്വപ്രസിദ്ധ ശാസ്ത്രകഥാ എഴുത്തുകാരനും ശാസ്ത്രജ്ഞനുമായ ഐസക് അസിമോവ് ഭീമമായ സംഖ്യകളോട് അമിതമായ അഭിനിവേശമുള്ള ആളായാണ് സ്വയം വിശേഷിപ്പിക്കുന്നത്. അദ്ദേഹം 'Assimov on Numbers' എന്ന പുസ്തകത്തിൽ 'Mathematics and Imagination 'എന്ന പേരിൽ ഗണിതജ്ഞരായ എഡ്വേഡ് കാസ്നറും ജെയിംസ് ന്യൂമാനും ചേർന്നെഴുതി പ്രസിദ്ധീകരിച്ച പുസ്തകത്തെപ്പറ്റി പരാമർശിക്കുന്നുണ്ട്.(1941 ൽ പ്രസിദ്ധീകരിച്ചത്) ഈ പുസ്തകത്തിലാണ് ഗൂഗോൾ (Googol) എന്നു പറയപ്പെടുന്ന നമ്പറിനെക്കുറിച്ച് ആദ്യമായി സൂചിപ്പിക്കപ്പെടുന്നത്. പിന്നീട് ഗണിതത്തെപ്പറ്റി വന്ന പുസ്തകങ്ങളിലും ലേഖനങ്ങളിലും ഗൂഗോലിനെ കുറിച്ചു തുടർപരാമർശങ്ങൾ ഉണ്ടായി

ഗൂഗോൾ എന്ന സംഖ്യ നിർവചിക്കപ്പെട്ടിട്ടുള്ളത് 1 നു ശേഷം 100 പൂജ്യം എഴുതിയാലുള്ള സംഖ്യായായയാണ്. ഗൂഗോലിനെ താഴെ കാണുന്ന വിധത്തിൽ എഴുതാം

1,0000000000,0000000000,0000000000,0000000000,0000000000,0000000000,0000000000,0000000000,0000000000,0000000000

ഇത്തരത്തിൽ ദീർഘിച്ച എഴുതുന്നതിനു പകരം പത്തിന്റെ പവർ ആയി എഴുതാം. ഒന്നിന് ശേഷം 100 പൂജ്യം എഴുതുന്നതിനെ 10^{100} എന്നാക്കി എഴുതാം. കുറച്ചുകൂടി ചുരുക്കി 10^(10^2)എന്നും എഴുതാം.

ഗൂഗോൾ എന്നതിനെ, വളരെ വലിയ സംഖ്യകളെ exponetial രീതിൽ എഴുതുന്നതിന്റെ തുടക്കമായി വേണം കണക്കാക്കാൻ. ഗൂഗോൾ

ഏകദേശം 70! (70 ന്റെ ഫാക്ടോറിയൽ) ആയി കണക്കാക്കാം. ബൈനറി നമ്പർ സമ്പ്രദായത്തിൽ ഇതിനു 333 bits ആവശ്യമാണ്.

ഗൂഗിൾ (Google) എന്ന പേരുണ്ടായതിനെപ്പറ്റിയും ഒരു പ്രചാരണം നിലവിലുണ്ട്. ഗൂഗിളിന്റെ തുടക്കക്കാർ ഗൂഗോൾ (Googol) എന്ന പേരാണ് ഉദ്ദേശിച്ചിരുന്നത്. തെറ്റായി ഉച്ചരിച്ചതിന്റെ പേരിൽ ഗൂഗിൾ (Google) ആയി മാറിയതാണെത്രേ.

Googol നെപ്പറ്റി ആദ്യമായി പുസ്തകമെഴുതിയ ഗണിതജ്ഞരിലൊരാളായ എഡ്വേഡ് കാസ്നറിന്റെ 10 വയസ്സായ മകൾ ആദ്യമായി 'Googol' എന്നു ഉച്ചരിച്ചു കൊണ്ടു ഈ വാക്ക് കണ്ടുപിടിച്ചതാണെത്രെ, ഇത്തരമൊരു പേരിലേക്ക് നയിച്ചത്.

T രൂപീകരണം (Trillion formation):-

എന്താണ് ട്രില്യൺ (Trillion)? 10^{12} എന്നു പറഞ്ഞു കഴിഞ്ഞാൽ ബ്രിട്ടീഷ് സമ്പ്രദായവും അമേരിക്കൻ സമ്പ്രദായവും തമ്മിൽ confusion ഉണ്ടാവില്ലല്ലോ.

10^{12} എന്നു പറയുമ്പോൾ മില്യൺ മില്യൺ അഥവാ 1000,000,000,000 ആണ്.

ട്രില്യനെ (Trillion)മഹാ കോടി, ലക്ഷം കോടി എന്നെല്ലാം മലയാളത്തിൽ പറയാമല്ലോ.

T-1 എന്നതിനെ ഒരു ട്രില്യനായും T-2 എന്നതിനെ ട്രില്യൺ ട്രില്യൺ ആയും T-3 എന്നതിനെ ട്രില്യൺ ട്രില്യൺ ട്രില്യൺ ആയും കണക്കാക്കാം.

T-1 ന്യൂക്ലീയോണുകൾ (പ്രോട്ടോണുകളോ ന്യൂട്രോണുകളോ ആവാം) എന്നു പറഞ്ഞാൽ മൈക്രോസ്കോപ് വഴി മാത്രം കാണാൻ പറ്റുന്ന ചെറിയ പിണ്ഡമാണ്. T-2 ന്യൂക്ലീയോണുകൾ എന്നു പറയുമ്പോൾ 1 (2/3) ഗ്രാം പിണ്ഡമാണ്. T-3 ന്യൂക്ലീയോണുകൾ 1.67 ട്രില്യൺ ഗ്രാം വരും. T-4 ആകട്ടെ ഭൂമിയിലുള്ള സമുദ്രങ്ങളിലെ വെള്ളത്തിന്റെ പിണ്ഡത്തോളം വരും. T-5 ന്യൂക്ലീയോണുകൾ എന്നു പറയുമ്പോൾ ആയിരം സൗരയൂഥങ്ങളുടെ പിണ്ഡത്തിനു തുല്യമായിരിക്കും.

ഇത്തരത്തിൽ T രൂപീകരണത്തിലൂടെ സംഖ്യകളുടെ വലുപ്പം വളരെയധികം വർദ്ധിക്കുന്നു

ഫിബോനോച്ചിയും സംഖ്യകളും (Fibonacci and Numbers)

ലെനർഡോ ഫിബോനോച്ചി ഇറ്റലിയിലെ പിസായിൽ 1170 ൽ ജനിക്കുകയും 1230ൽ മരിക്കുകയും ചെയ്തു. അദ്ദേഹത്തിന്റെ ഏറ്റവും പ്രധാനപ്പെട്ട നേട്ടമായി കണക്കാക്കേണ്ടത് Liber Abaci എന്ന പുസ്തകത്തിലൂടെ അറബിക് അക്കങ്ങൾ പ്രചരിപ്പിച്ചതാണ്.

എന്തുകൊണ്ട് ഫിബോനോച്ചി പുസ്തകത്തിന് Liber Abaci അഥവാ 'അബാക്കസിന്റെ പുസ്തകം' എന്ന പേരിട്ടു? ബാബിലോണിയൻ കാലഘട്ടം തൊട്ട് തന്നെ Abacus കണക്കു കൂട്ടൽ നിലവിൽ ഉണ്ടായിരുന്നതും, അറബിക്ക് അക്കങ്ങൾ അക്കാലങ്ങൾ തൊട്ടേ പ്രചാരത്തിലുണ്ടായിരുന്നതും കാരണമായിരിക്കും.

Fig: ഫിബോനോച്ചി

ആദ്യകാലത്തെ abacus എങ്ങിനെയായിരുന്നു എന്നു നോക്കാം. ഒന്നിന് മുകളിലായി എന്ന തോതിൽ പല വയറുകൾ. ഓരോ വയറിലും പത്തു കൌണ്ടറുകൾ (Counters). കൌണ്ടറുകൾ ഇടത്തോട്ടൊ വലത്തോട്ടൊ നീക്കാം.

ഉദാഹരണമായി 5ഉം 4ഉം കൂട്ടാൻ ആദ്യം 5 കൌണ്ടറുകൾ ഇടത്തോട്ട് ചലിപ്പിക്കുന്നു. പിന്നീട് 4 കൌണ്ടറുകൾ

കൂടി ഇടത്തോട്ടു ചലിപ്പിക്കുന്നു. ആകെ ഇപ്പോൾ 9 കൌണ്ടറുകൾ ഇടതുഭാഗത്തുണ്ട്. (5+4=9)

ഇനി 5 ഉം 8 ഉം കൂട്ടേണ്ടതെന്നിരിക്കട്ടെ. ആദ്യം 5 ഇടത്തോട്ടു ചലിപ്പിക്കുന്നു. പിന്നീട് 8 ലെ 5 ഉം ഇടത്തോട്ടു ചലിപ്പിക്കുന്നു. ഇപ്പോൾ ഇടത്തു വശത്തു 10 കൌണ്ടറുകൾ ആ വയറിൽ 10 മാത്രമെ പറ്റുകയുള്ളൂ.

10നു പകരമായി തൊട്ട് മുകളിലെ വയറിൽ ഒരു കൌണ്ടർ ഇടതു വശത്തിലേക്ക് ചലിപ്പിക്കുന്നു. (അവിടെ ഒരു കൌണ്ടറിന്റെ മൂല്യം 10 ആണ്). അതിനുശേഷം ബാക്കിയുള്ള 3കൌണ്ടറുകൾ താഴെയുള്ള വയറിൽ ഇടത്തോട്ട് ചലിപ്പിക്കുന്നു. (10+3= 13)

ഓരോ വയറിനും (താഴെനിന്നു മുകളിലേക്ക്) ക്രമത്തിൽ യൂണിറ്റ്, പത്തു, നൂറ്, ആയിരം, ഇങ്ങനെയാണ് കൌണ്ടറിന്റെ മൂല്യം. അവസാനം കൌണ്ടർ ഒന്നും ഉപയോഗിച്ചില്ലെങ്കിൽ 0 ആയി കരുതണം. ഇത്തരത്തിൽ അറബി ദശാംശ സംഖ്യകളുപയോഗിച്ചുള്ള അബാക്കസ് (Abacus) ആണ് ഫിബോനോച്ചി പ്രചരിപ്പിച്ചതു.

ഫിബോനോച്ചി സംഖ്യകൾ

ഗണിതത്തിലെ ഫിബോനോച്ചി സംഖ്യകൾ ഫിബോണാച്ചിയുടെ പേരിലാണ് നാമകരണം ചെയ്യപ്പെട്ടിട്ടുള്ളത്. ആദ്യകാലങ്ങളിൽ ഫിബോനോച്ചി അറിയപ്പെട്ടിരുന്നത് Leonard of Pisa എന്നായിരുന്നു. പിന്നീടാണ് ഫിബോനോച്ചി എന്നറിയപ്പെടാൻ തുടങ്ങിയത്.

ഗണിതത്തിൽ ഫിബോനോച്ചി സംഖ്യകളെ സൂചിപ്പിക്കാനായി Fm എന്നാണ് ഉപയോഗിക്കുന്നത്. ഫിബോനോച്ചി സംഖ്യകൾ ഒരു ശ്രേണി (Sequence) ആയി രൂപാന്തരപ്പെടുന്നു. ആദ്യത്തെ രണ്ട് സംഖ്യകൾ കൂട്ടിയാൽ മൂന്നാമത്തെ സംഖ്യ കിട്ടും. അതു അങ്ങനെ തുടരുന്നു..

$F_0 = 0, F_1 = 1$

$F_n = F_{n-1} + F_{n-2}$ for n greater than 1

ഫിബോനോച്ചി ശ്രേണിയുടെ തുടക്കം താഴെ കാണിച്ചിരിക്കുന്ന പ്രകാരമാണ്.

0,1,1,2,3,5,8,13,21,34,55,..........

സുവർണ അനുപാതം (Golden Ratio)

ഫിബോനോച്ചി സംഖ്യകൾ സുവർണ്ണ അനുപാതപ്രകാരം വളരെയധികം ബന്ധിതമാണ്. ഫിബോനോച്ചി സംഖ്യകൾ വലുതാകുംതോറും, അതായതു n വലുതാകുമ്പോൾ ക്രമത്തിലുള്ള ഫിബോണാച്ചി നമ്പറുകൾ സുവർണ്ണ അനുപാതത്തോട് കൂടുതൽ അടുക്കുന്നു.

പലരും ദൈവികമായി കണക്കാക്കുന്നുണ്ടെങ്കിലും ഗണിതശാസ്ത്രപരമായി സുവർണ്ണ അനുപാതം എന്നത് $Q = (1+\sqrt{5})/2$ എന്നു പറയാം. അതിന്റെ ഏകദേശ മൂല്യം 1.618 ആണ്

$(a+b)/a = a/b$

സുവർണ്ണ അനുപാതവുമായി ബന്ധപ്പെട്ട മുകളിൽ കാണിച്ചിരിക്കുന്ന സമവാക്യം ഉപയോഗിക്കാം. ഫിബോനോച്ചി ശ്രേണിയിൽ b യും a യും തുടർച്ചയായ സംഖ്യകളാണെങ്കിൽ, b ആദ്യത്തെ സംഖ്യയും a രണ്ടാമത്തെ സംഖ്യയുമാണെങ്കിൽ മുകളിൽ കാണുന്ന സമവാക്യം ബാധകമായിരിക്കും.

ഫിബൊണാച്ചി സംഖ്യകളെപ്പറ്റി വിവിധങ്ങളായ പഠനങ്ങൾ നടത്തപ്പെടുന്നുണ്ട്. Fibonacci Quarterly എന്ന പ്രസിദ്ധീകരണം വളരെ പ്രസിദ്ധമാണ്. കമ്പ്യൂട്ടർ സയൻസ് മേഖലയിൽ Fibonacci search Technique വളരെ വ്യാപകമായി ഉപയോഗിക്കുന്നുണ്ട്. അതുപോലെ കമ്പ്യൂട്ടർ സയൻസ് മേഖലയിൽ Fibonacci heap data structure, Fibonacci cubes എന്നിവയെല്ലാം വളരെ പ്രസിദ്ധമാണ്.

ജീവശാസ്ത്രത്തിൽ മരങ്ങളുടെ ചില്ലകൾ, സസ്യങ്ങളുടെ തണ്ടിലെ ഇലകളുടെ ക്രമീകരണം, ചില ചെടികൾ പുഷ്പിക്കുന്ന രീതി എന്നിവയെല്ലാം ഫിബോനോച്ചി ശ്രേണികളുടെ ഉദാഹരണങ്ങളാണ്.

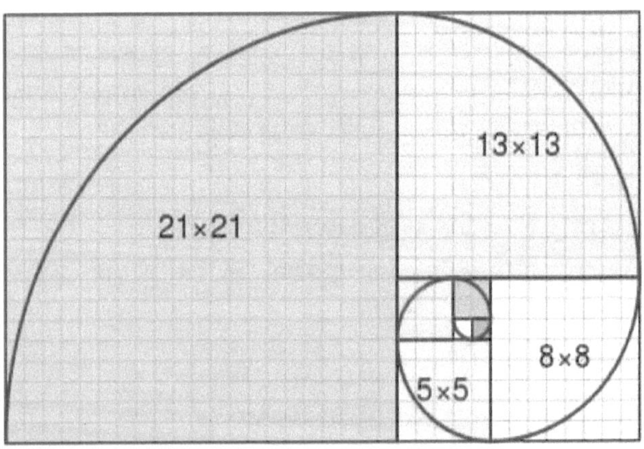

ഫെബോനോച്ചി spiral

(Includes 1,1,2,3,5,8,13,21....)

ത്രികോണമിതിയും ജ്യാമിതിയും മറ്റും

ത്രികോണമിതി

ത്രികോണമിതി വളരെയധികം സംഖ്യകളുമായി ബന്ധപ്പെട്ടിരിക്കുന്നു എന്നു പറയുന്നതിൽ യാതൊരു തെറ്റുമില്ല. ത്രികോണത്തിന്റെ വശങ്ങളുടെ നീളവും ആങ്കിലും തമ്മിലുള്ള ബന്ധത്തെക്കുറിച്ച് പഠിക്കുന്ന ഗണിതതിന്റെ ശാഖയാണ് ത്രി കോണമിതി(Trigonometry).

Trigonometry എന്നത് triangle (ത്രികോണം), metron (അളവ്) എന്നീ ഗ്രീക്ക് വാക്കുകൾ ചേർന്നു ഉണ്ടായതാണ് എന്നാണ് കരുതപ്പെടുന്നത്. യവനസംസ്കാരവുമായി ബന്ധപ്പെട്ടു BC മൂന്നാം നൂറ്റാണ്ടിലാണ് ഗണിതത്തിലെ ഈ വിഭാഗം ഉണ്ടായത് എന്നു കരുതപ്പെടുന്നു. ജ്യാമിതിയുമായി ബന്ധപ്പെട്ട് ജ്യോതിശാസ്ത്ര പഠനത്തിനാണ് ഇത്തരമൊരു വിഭാഗം ഉണ്ടായത്.

ത്രികോണമിതി ഭ്രമിപഠനം (Geodesy) സർവ്വേ, നക്ഷത്ര-ഗോളപഠനം, ജല-വ്യോമയാത്ര (Navigtion), എന്നീ മേഖലകളിൽ ഇതിന്റെ വളരെയധികം ഉപയോഗമുണ്ട്.

ത്രികോണമിതിയിൽ വളരെയധികം ഐഡന്റിറ്റികൾ (Identity) ഉണ്ട്. ഇവ ഉപയോഗിച്ച് പല ത്രികൊണമിതി expression ലഘുകരിക്കാനും സമവാക്യങ്ങൾ എളുപ്പത്തിൽ ക്രിയ ചെയ്യാനുമുള്ള മാർഗ്ഗമായും ഉപയോഗിക്കുന്നു.

ത്രികോണമിതി അനുപാതം:

(Trigonometric ratio)

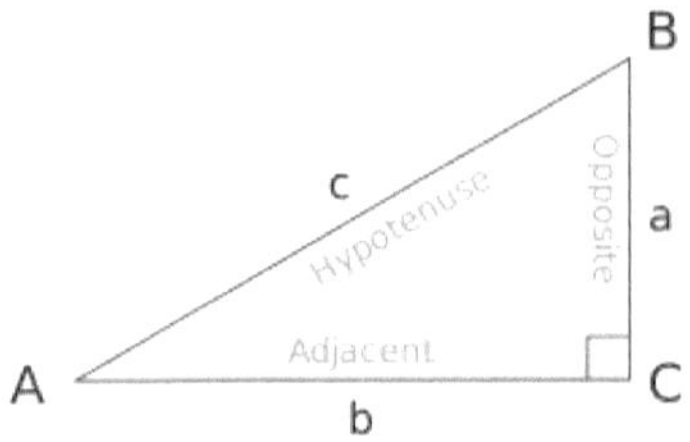

ത്രികോണമിതി അനുപാതം എന്നു പറയുന്നത് ത്രികോണത്തിന്റെ വശങ്ങൾ തമ്മിലുള്ള അനുപാതമാണ്.

CosA =(Adjacent side)/(Hypotenuse) =b/c

SinA =(Opposite side)/(Hypotenuse) =a/c

TanA = (Oppositeside)/ (Adjacent side) =a/b

CosecA =1/SinA

SecA=1/CosA

CotA= 1/TanA

ത്രികോണമിതി റേഷ്യോകൾ, യൂണിറ്റ് സർക്കിൾ ഉപയോഗിച്ച് പടത്തിൽ കാണിച്ചിരിക്കുന്ന പോലെയും നിർവചിക്കാം.

വളരെയധികം ത്രികോണമിതി ഫോർമുലകളും ഐഡന്റിറ്റികളും ഉണ്ട്. അതിൽ ചിലതു താഴെ കൊടുത്തിരിക്കുന്നുവെന്നു മാത്രം.

1) Sin(A+B) = SinACosB+sinBcosA

2) cos(A+B) = cosAcosB+ sinAsinB

3) tan(A+B) =

(tanA+tanB)/(1-tanAtanB)

4) $\sin^2 A + \cos^2 A = 1$

സുമേറിയൻ ജ്യോതിശാസ്ത്രജ്ഞർ, വൃത്തതിന്റെ ആങ്കിൽ അളന്നിരുന്നത് ഒരു വൃത്തത്തിന്റെ 360 ഡിഗ്രിയെ പല ചെറിയ ആങ്കിൽ ആയി വിഭജിച്ചുകൊണ്ടായിരുന്നു. ബാബിലോണിയക്കാർ മട്ടത്രികൊണങ്ങളുടെ വശങ്ങളുടെ അനുപാതത്തെക്കുറിച്ച് പഠിക്കുകയും അതിലെല്ലാം

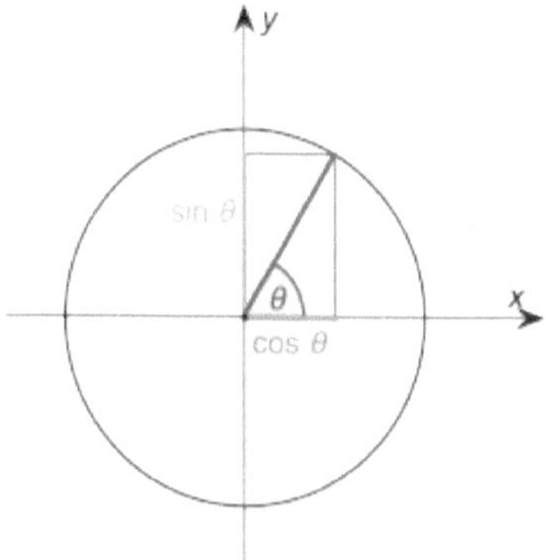

ഒരു പ്രത്യേകത കണ്ടെത്താൻ കഴിയുകയും ചെയ്തു.

പിന്നീട് BC മൂന്നാം നൂറ്റാണ്ടു കാലത്ത് യൂക്ലിഡും ആർക്കിമിഡിസും ആണ് കോർഡുകളെക്കുറിച്ചും സർക്കിളിന്റെ ആങ്കിളിനെപ്പറ്റിയും പഠനം നടത്തുന്നത്. അവർ പിൽക്കാലത്തെ ത്രികോണോമിതി ഫോർമുലകൾക്ക് തത്തുല്യമായ ഫോർമുലകൾ ജ്യോമിതിയിലൂടെ കണ്ടെത്തുകയും ചെയ്തു. പിന്നീട് ഹിപ്പാർക്കസ് (Hipparchus) ആണ് ത്രികോണമിതി അനുപാതത്തിന്റെ മൂല്യങ്ങൾ table ലൂടെ ക്രോഡീകരിക്കുന്നതും, അതു ത്രികോണമിതിയുടെ ആദ്യരൂപമാവുകയും ചെയ്തു. ടോളമിയും വളരെ ദീർഘമായ ത്രികോണമിതിപട്ടിക രൂപാന്തരപ്പെടുത്തിയിട്ടുണ്ട്.

5-ആം നൂറ്റാണ്ട് കാലത്ത് 'സൂര്യ സിദ്ധാന്ത'ത്തിൽ ആര്യഭട്ടനും ഇത്തരത്തിൽ വിപുലമായ ത്രികോണമിതിപട്ടികയും സിദ്ധാന്തങ്ങളും രൂപാന്തരപ്പെടുത്തിയിട്ടുണ്ട്.

ഗണിതത്തിന്റെ ആദ്യരൂപമായ സംഖ്യകളുമായി ബന്ധപ്പെട്ട വിവരങ്ങൾ തന്നെയാണ്, ആദ്യകാലങ്ങളിൽ മനുഷ്യനു ഉപയോഗിക്കേണ്ടി വന്നത്. അന്നത്തെ സംഖ്യകൾ എങ്ങിനെയായിരുന്നു? ജ്യാമിതി രൂപങ്ങളായ, നേർരേഖ, തൃകോണം, വൃത്തം, എലിപ്സ്, സമചതുരം, ദീർഖ ചതുരം എന്നിവയെല്ലാം മനുഷ്യർ ആദ്യകാലങ്ങളിൽ മനസ്സിലാക്കിത്തുടങ്ങി. അവയെല്ലാം എണ്ണാനും അളക്കാനും ഘട്ടം ഘട്ടമായി ഉപയോഗിച്ച് തുടങ്ങി എന്നു വേണം മനസ്സിലാക്കാൻ. അങ്ങനെ വരുമ്പോൾ ഗണിതത്തിന്റെ ആദ്യരൂപങ്ങളിൽ ഒന്നു തന്നെയായിരുന്നു ജ്യാമിതി. ജ്യാമിതിയുടെ പിതാവായി കരുതപ്പെടുന്ന യൂക്ലിഡ് വിശ്വസിച്ചതും

Fig. ഹിപ്പാർക്കസ്

Fig: പ്രാചീനകാലത്തെ ജ്യാമിതി പഠനം

പറഞ്ഞതും ഇങ്ങനെ 'ദൈവം ലോകം ഉണ്ടാക്കാൻ ജ്യോമതിയാണ് ഉപയോഗിച്ചത്'

19-ആം നൂറ്റാണ്ടു വരെ യൂക്ലിഡിയൻ ജ്യാമിതിയുടെ കാലം തന്നെയായിരുന്നു. ഗൗസ്സിന്റെ തത്വങ്ങളും curvature, arc മുതലായവയുമായി ബന്ധപ്പെട്ട നിഗമനങ്ങളുമാണ് യൂക്ലിഡിയൻ ജ്യാമിതിയിൽ നിന്നും മാറി ചിന്തിക്കാൻ ഇട വരുത്തിയത്. പിന്നീട് ജ്യാമിതിയുടെ വികസനം (Non-യൂക്ലിഡിയൻ ജ്യാമിതിയുടെ) Differential ജ്യാമിതി, അൽജബ്ര ജ്യാമിതി,കമ്പ്യൂറ്റേഷൻ ജ്യാമിതി, discrete ജ്യാമിതി എന്നീ മേഖലകളിലെല്ലാം നടന്നു. (യൂക്ലിഡിനെപ്പറ്റി പ്രത്യേകം അദ്ധ്യായം ചേർത്തിയിട്ടുണ്ട്.)

ഗണിതശാസ്ത്രരീതികൾ

അങ്കഗണിതം (Arithematic)

സംഖ്യകളും അതിനോടാനുബന്ധിച്ചുള്ള പ്രവർത്തനങ്ങളും അങ്കഗണിതത്തിൽ വരും. (പ്രത്യേകിച്ച് ഗണിത operators (+,-,×,÷) ഉപയോഗിച്ചുള്ള കണക്കു കൂട്ടലുകൾ.)

ജ്യോമിതി

ആദ്യകാലങ്ങളിൽ സംഖ്യകൾ വിവിധ രൂപങ്ങളെ അടിസ്ഥാനമാക്കിയാണ് ഉപയോഗിച്ചിരുന്നത്. പിന്നീട് വിവിധ രൂപങ്ങളായ നേർവര, സമചതുരം, ദീർഘചതുരം, വൃത്തം തുടങ്ങിവയുമായി ബന്ധപ്പെട്ട്, അവയുടെ പഠനങ്ങൾ, ജ്യാമിതി എന്ന ഗണിതശാഖയായി. പിന്നീട് ത്രികോണമിതി, വിശകലനജ്യാമിതി എന്നീ വിഭാഗങ്ങളും രൂപമെടുത്തു.

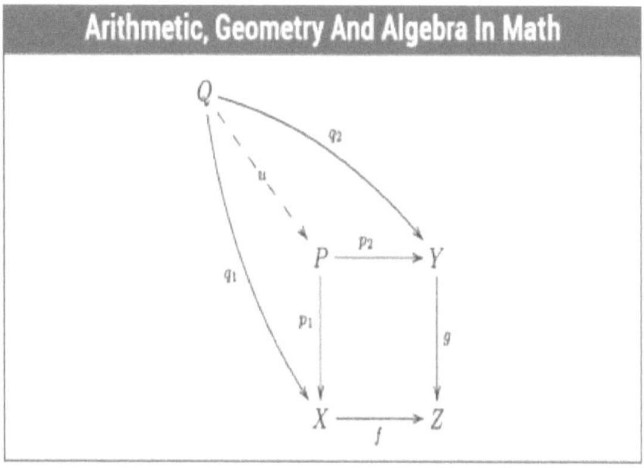

ബീജഗണിതം (Algebra)

അസ്ഥിര സംഖ്യകളെ (Variables) പ്രതിനിധാനം(represent) ചെയ്യുന്ന രീതിയാണ് ബീജഗണിതം. വിവിധങ്ങളായ ആവിഷ്കാര രൂപങ്ങൾ (expressions), സമവാക്യങ്ങൾ എന്നിവയെല്ലാം പിന്നീട് ആവശ്യമായി വന്നു.

ബീജഗണിതവുമായി ബന്ധപ്പെട്ടു കലനവും (Calculus) രൂപപ്പെട്ടു വന്നു. ആൾജിബ്ര, സംഖ്യകളുടെയും അസ്ഥിര സംഖ്യ (Variables) കളുടെയും പ്രവർത്തനം എന്നിവയുവുമായി ബന്ധപ്പെട്ടതാണ്. കലനം (Calculus) കൂടുതലായും ഫങ്ക്ഷനുകളുമായും (Functions) അവയുടെ derivative കളുമായും ചേർന്നുള്ള പ്രവർത്തന രീതിയാണ്.

മുകളിൽ സൂചിപ്പിച്ച രീതിയിലുള്ള ഗണിതശാസ്ത്ര രീതികളുടെ പ്രയോഗം സയൻസിലും സാങ്കേതിക വിദ്യയിലും വളരെയധികം ഉണ്ട്. അതുപോലെ ഗണിതശാസ്ത്രമുപയോഗിച്ചുള്ള വിശകലനം മറ്റു മേഖലകളിലും വ്യാപകമായി ഉപയോഗിക്കുന്നുണ്ട്.

മുൻ പറഞ്ഞ പോലെ വിവിധ ഗണിതശാസ്ത്രരീതികളും അവയുടെ വിശദീകരണവും കൂടിച്ചേർന്നതാണ് ഗണിതശാസ്ത്രം.

യൂക്ലിഡും ജ്യാമിതിയും

മഹാനായ അലക്സാണ്ടറിന്റെ മരണശേഷം അദ്ദേഹത്തിന്റെ ജനറൽമാരിൽ പലരും ലോകത്തിന്റെ പല ഭാഗത്തും ആധിപത്യ മുറപ്പിച്ചു. അക്കൂട്ടത്തിൽ ടോളമി സ്ഥാപിച്ച രാജകീയമായ അധികാരം ഈജിപ്റ്റിൽ മൂന്ന് നൂറ്റാണ്ടോളം നീണ്ടു നിന്നു. അദ്ദേഹം തലസ്ഥാനമായ അലക്സാൻഡ്രിയയെ അക്കാലത്തെ ഏറ്റവും വലിയ ബുദ്ധിസിരാ കേന്ദ്രമാക്കി മാറ്റി. അലക്സാണ്ടറിയയിൽ ജോലി ചെയ്തിരുന്ന പ്രഗത്ഭനായ ഗണിതജ്ഞനായിരുന്നു യൂക്ലിഡ്. അദ്ദേഹം BC നാലാം നൂറ്റാണ്ടിലാണ് ജീവിച്ചിരുന്നത്. 325 BC യിൽ ജനനം. ജനിച്ച സ്ഥലത്തെപ്പറ്റിയോ മരിച്ച സമയത്തേക്കുറിച്ചോ വ്യക്തമായ വിവരമില്ല.

യൂക്ലിഡ് ജ്യോമിതി (geometry) യുമായി ബന്ധപ്പെട്ടാണ് കൂടുതലായും അറിയപ്പെടുന്നത്. അദ്ദേഹം ജ്യോമിതിയിൽ ഒരു ടെക്സ്റ്റ്ബുക്ക് എഴുതി. പിന്നീട് ആ പുസ്തകത്തിൽ ചില മാറ്റങ്ങൾ വരുത്തിയെങ്കിലും, പ്രിന്റിംഗ് കണ്ടു പിടിച്ചതോടെ, ആ പുസ്തകത്തിന്റെ ആയിരത്തിലധികം എഡിഷനുകൾ ഉണ്ടായി എന്നുള്ളത് വാസ്തവമാണ്. ഏറ്റവും വിജയിയായ ടെക്സ്റ്റ്ബുക്ക് എഴുത്തുകാരൻ എന്നുള്ള പേര് യൂക്ലിഡിനു മാത്രം അവകാശപ്പെട്ടതാണ്

ഒരു ഗണിതജ്ഞൻ എന്ന നിലക്ക് യൂക്ലിഡിന് ലഭിച്ച പേര് അദ്ദേഹത്തിന്റെ കണ്ടുപിടുത്തങ്ങളും ഗവേഷണങ്ങളും കൊണ്ടു മാത്രമല്ല. അദ്ദേഹമെഴുതിയ ടെക്സ്റ്റ് പുസ്തകങ്ങളിൽ അദ്ദേഹത്തിന്റെ തന്നെ ധാരാളം theorems ഉണ്ട്. യൂക്ലിഡിനുള്ള ഏറ്റവും വലിയ ബഹുമതി

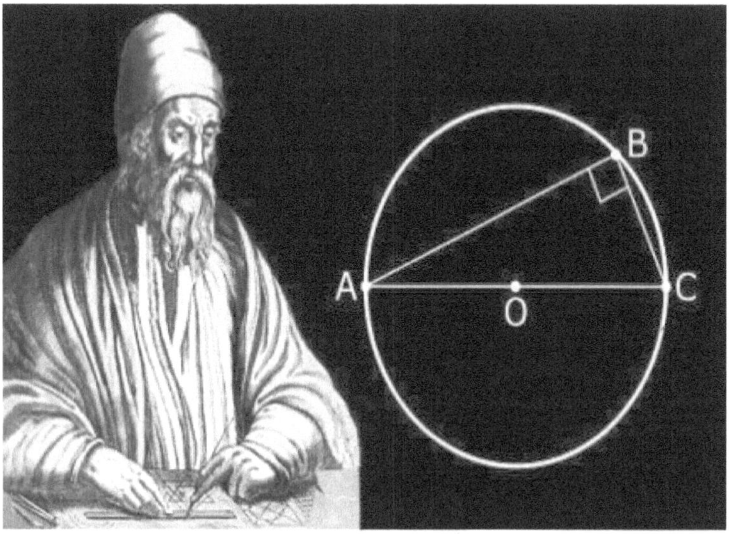

FIG: യൂക്ലിഡ്

വാസ്തവത്തിൽ, ഗണിതത്തിൽ അന്നേവരെ ഉണ്ടായിരുന്ന വിജ്ഞാനം ടെക്സ്റ്റ് ബുക്കിലൂടെ ക്രോഡീകരിച്ച എന്നതിലാണ്

ജ്യാമിതിയെക്കൂടാതെ 'Ratio and Proportion ', ' Theory on Numbers' എന്നീ വിഷയങ്ങളിലും അദ്ദേഹത്തിന്റ ടെക്സ്റ്റ്ബുക്കിൽ വിവരങ്ങളുണ്ട്. അദ്ദേഹത്തിന്റെ കാലഘട്ടത്തിൽ ദശാംശ സമ്പ്രദായം വികസിച്ചിരുന്നില്ല എന്നു കൂടി ഓർക്കണം.

യൂക്ലിഡ് പ്രകാശശാസ്ത്രത്തെ (Optics) ജ്യാമിതിയുടെ ഭാഗമായാണ് കണക്കാക്കിയത്. പ്രകാശ രശ്മികൾ നേരെ (St. line)ആയാണ് സഞ്ച രിക്കുന്നതെന്നാണ് അദ്ദേഹം കണക്കാക്കിയത്

ടോളമി രാജാവിനെയും യൂക്ലിഡിനെയും ചേർത്ത് ഒരു കഥ തന്നെ യുണ്ട്. ടോളമി രാജാവ് യൂക്ലിഡിന് കീഴിൽ ജ്യാമിതി പഠിക്കുന്ന കാലമാ യിരുന്നു. ടോളമി യൂക്ലിഡിനോട് ഒരു നിർദ്ദേശം മുന്നോട്ടു വെച്ചു. യൂക്ലിഡ് തന്റെ വിവരണങ്ങൾ കുറച്ചു കൂടി ലഘൂകരിക്കണമെന്നായിരുന്നു ആ നിർദ്ദേശം. യാതൊരു ഒത്തുതീർപ്പുമില്ലാത്ത യൂക്ലിഡിന്റെ മറുപടി ഇങ്ങ നെയായിരുന്നു. ' ജ്യാമിതിയിലേക്ക് രാജകീയമായ വഴികളൊന്നുമില്ല.'

ഗ്രീക്ക് ഗണിതജ്ഞൻ compass ഉപയോഗിക്കുന്നു

യൂക്ലിഡിയൻ ജ്യാമിതിയും നോൺ യൂക്ലിഡിയൻ ജ്യാമിതിയും

യൂക്ലിഡിയൻ ജ്യാമിതി പരന്ന പ്രതലങ്ങളെ സംബന്ധിച്ച ജ്യാമിതിയാണ്. Two dimensional spaces ആണ് കൈകാര്യം ചെയ്യുന്നത്. Non യൂക്ലിഡിയൻ ജ്യാമിതി പരന്ന പ്രതലം എന്നതിന് ഉപരിയായി curved പ്രതലങ്ങളുമായി ബന്ധപ്പെട്ടതാണ്. യൂക്ലിഡിയൻ ജ്യാമിതി പല മേഖലകളിലും ഉപകാരപ്രദമാകുമ്പോൾ, മറ്റു ചില മേഖലകളിൽ Non യൂക്ലിഡിയൻ ജ്യാമിതിയാണ് കൂടുതൽ ഉപകാരപ്രദം

'ലോഗരിതം ഒരു ഗണിതസഹായി '

എന്തിനാണ് ലോഗരിതം കണ്ടു പിടിച്ചത്? സ്വാഭാവികമായും കണക്കുകൂട്ടൽ എളുപ്പമാക്കാൻ എന്നു പറയാം ലോഗരിതത്തിന്റെ ആദ്യത്തെ പട്ടികകൾ കണ്ടുപിടിച്ച നേപ്പിയറിനു (Napier) കണ്ടുപിടുത്തത്തിന് കാരണമായത് കണക്കുകൂട്ടലിനുള്ള വിഷമവും വിരസതയും ഒഴിവാക്കുക എന്നത് തന്നെയാണ്. കണക്കുകൂട്ടാനുള്ള വിഷമം കാരണം ഗണിതശാസ്ത്രം പഠിക്കുക എന്നുള്ളത് പലർക്കും ഒരു പേടിസ്വപ്നമായിരുന്നു.

പതിനഞ്ചാം നൂറ്റാണ്ടിൽ യൂറോപ്പിൽ നിന്ന് ദീർഘമായ സമുദ്രയാത്രകൾ നടത്തിയിരുന്നു. സമുദ്രയാത്രകൾ നക്ഷത്രങ്ങളുടെയും ഗ്രഹങ്ങളുടെയും നക്ഷത്രക്കൂട്ടങ്ങളുടെയും സ്ഥാനം നിരീക്ഷിച്ചായിരുന്നു നടന്നിരുന്നത്.അതിനുവേണ്ടി സൂക്ഷ്മമായ ത്രികോണമിതിപ്പട്ടികയും ദീർഘമായ കണക്കുകൂട്ടലും വേണമായിരുന്നു. ലോഗരിതത്തിന്റെ വരവോടെ അതെല്ലാം വളരെയധികം എളുപ്പമായി. ലോഗരിതം ഗുണനപ്രക്രിയയെ സങ്കലനമായും (addition) ഹരണപ്രക്രിയയെ

Fig: ജോൺ നാപിയർ

വ്യവകലനമായും (substraction) മാറ്റുന്നു. ഇതോടെ കണക്കുകൂട്ടൽ വളരെ എളുപ്പത്തിലാകുന്നു.

പ്രസിദ്ധഗണിതജ്ഞനും ഭൗതികശാസ്ത്രജ്ഞനുമായ ലാപ്ലേസ് ഇങ്ങനെ രേഖപ്പെടുത്തിയിട്ടുണ്ട്. 'ലോഗരിതത്തിന്റെ കണ്ടുപിടുത്ത ത്തോടെ മാസങ്ങളോളമെടുത്തിരുന്ന കണക്കുകൂട്ടൽ ദിവസങ്ങൾ മാത്രമായി ചുരുങ്ങുകയും ചെയ്തതോടെ ജ്യോതിശാസ്ത്രജ്ഞരുടെ ജീവിതം ഇരട്ടിയായി. ' ജ്യോതിശാസ്ത്രജ്ഞരെ ഉദ്ദേശിച്ചു മാത്രമാണ് മഹാഗണിതജ്ഞൻ പറഞ്ഞതെങ്കിലും ആ വാക്കുകൾ വിഷമം പിടിച്ച കണക്കുകൂട്ടൽ നടത്തിയിരുന്ന എല്ലാവർക്കും ബാധകമാണ്. ലോഗരി തത്തിന്റെയും കമ്പ്യൂട്ടറിന്റെയും സഹായത്താൽ ഗണിതശാസ്ത്രപരവും അല്ലാത്തതുമായ കണക്കുകൂട്ടലുകൾ എളുപ്പത്തിൽ ചെയ്യുന്ന നമ്മൾക്ക് പണ്ടുകാലത്തു വിഷമം പിടിച്ച കണക്കുകൂട്ടലുകൾ ചെയ്യാൻ ഉണ്ടായി രുന്ന കഷ്ടപ്പാടുകൾ മനസ്സിലാക്കാൻ ബുദ്ധിമുട്ടാണ്.

കോമൺ (common) ലോഗരിതം (10 അടിസ്ഥാനമാക്കിയ ലോഗരിതം) കണ്ടുപിടിച്ച പ്രസിദ്ധനായ ഹെന്ററി ബ്രിഗ്സ് (Henry Brigs) ലോഗരിതം കണ്ടുപിടിത്തത്തിനെക്കുറിച്ചു വായിച്ച ശേഷം ഇങ്ങനെ എഴുതി ' നേപിയേർ എന്നെ ചിന്തിക്കാനും ഇത്രയും പുകഴ്ത്ത പ്പെടേണ്ട ലോഗരിതം കൊണ്ട് ജോലി ചെയ്യാനും വഴി കാണിച്ചു. ഈ വേനൽക്കാലത്തു അദ്ദേഹത്തെ കാണാൻ ആഗ്രഹിക്കുന്നു. ഇത്രയും സന്തോഷിപ്പിക്കുന്നതും അത്ഭുതം പകർന്നതുമായ സംഭവം ഞാൻ വായിച്ചിട്ടില്ല.'

(സ്ഥിരാങ്കം e അടിസ്ഥാനമാക്കിയ ലോഗരിതത്തിനാണ് സ്വാഭാ വിക ലോഗരിതം (Natural logarithm) എന്നു പറയുന്നത്.

e യുടെ മൂല്യം 2.71828 ആണ്. ഈ മൂല്യം ഏകദേശം മാത്രമാണ്. πയുടെ മൂല്യം പോലെ തന്നെ e യുടെ മൂല്യവും കൂടുതൽ കൃത്യതയോടെ കാണാനുള്ള ശ്രമം ഇപ്പോഴും തുടരുന്നു വെന്നുവേണം പറയാൻ.)

സ്വന്തം തീരുമാനപ്രകാരം ആ വേനലിൽ ബ്രിഗ്സ് നേപ്പിയറിനെ കാണാൻ സ്കോട്ട്ലൻഡിൽ എത്തി. നേപ്പിയറിനെ കണ്ടപ്പോൾ ഇങ്ങനെ പറഞ്ഞു. ' പ്രഭോ, അങ്ങയെ നേരിൽ കാണുന്നതിനും ജ്യോതി ശാസ്ത്രത്തിനു വളരെയേറെ സഹായകമാകുന്ന ഈ കണ്ടുപിടുത്തത്തിന് പ്രേരകമായത് എന്താണെന്നു അറിയുന്നതിനുമാണ് ഞാൻ വന്നത്. എന്തുകൊണ്ട് ഇതു വരെ ആരും ഇതു കണ്ടുപിടിച്ചില്ല. ഇപ്പോൾ എല്ലാം എളുപ്പമായിരുന്നു. അങ്ങയുടെ ബുദ്ധി അപാരം തന്നെ.'

ലോഗരിതത്തിന്റെ വളർച്ചയിൽ ബ്രിഗ്സ് കൂടി പല സംഭാവനകളും നൽകുന്ന കാഴ്ചയാണ് നാം പിന്നീട് കണ്ടത്.

ലോഗരിതത്തിന്റെ ഉപയോഗം

സാധാരണ കണക്കുകൂട്ടലിനു അപ്പുറത്തേക്ക് ശാസ്ത്രസംബന്ധമായ പല കണക്കുകൂട്ടലുകൾക്കും ലോഗരിതം ഉപകരിക്കുന്നു.

ശബ്ദത്തിന്റെ ശക്തി(Decibel), ഭൂകമ്പത്തിന്റെ തീവ്രത (റിച്ചർ സ്കെയിൽ അളവ്) PH അളവ് (അമ്ലഗുണവും ക്ഷാരഗുണവും) എന്നിവയെല്ലാം ശാസ്ത്രീയമായി അളക്കാനും കണക്കുകൂട്ടാനും ലോഗരിതത്തിന്റെ ഉപയോഗം അത്യന്താപേക്ഷിതമാണ്.

ഭൂകമ്പതീവ്രത അളവ് (റിച്ചർ സ്കെയിൽ):

റിച്ചർ സ്കെയിൽ ഉപയോഗിച്ച് ഭൂകമ്പതീവ്രത അളക്കുന്നതെങ്ങിനെയെന്നു നോക്കാം.

റിച്ചർ(Ritcher)സ്കെയിൽ സമവാക്യം ഇങ്ങനെയാണ്

$R = \log(A/A^{\circ})$

ഇതിൽ R റിച്ചർ സ്കെയിൽ അളവ്

A =ഭൂകമ്പതരംഗത്തിന്റെ അളവ്

A° = അളക്കാൻ പറ്റുന്ന ഏറ്റവും ചെറിയ ഭൂകമ്പതരംഗത്തിന്റെ അളവ്.(സ്റ്റാൻഡേർഡ് തരംഗം)

ഉണ്ടായ ഭൂകമ്പതരംഗത്തിന്റെ അളവ് A° യുടെ 392 ഇരട്ടിയാണെങ്കിൽ

$R = \log(A/A^{\circ})$

$R = \log(392A^{\circ}/A^{\circ})$

$R = \log(392)$

$= 2.5932$

ഭൂകമ്പത്തിന്റെ അളവ് റിച്ചർ സ്കെയിലിൽ 2.6 ആണ്. റിച്ചർ സ്കെയിലിൽ ഒരു പോയിന്റ് വർദ്ധന ഭൂകമ്പതരംഗത്തിൽ 10 ഇരട്ടി വർദ്ധനയ്ക്ക് തുല്യമാണ്.

ശബ്ദത്തിന്റെ ഡെസിബെൽ (ഡെസിബെൽ) കണക്കാക്കുന്നത് ഇതു പോലെത്തന്നെയാണ്.

(ഡെസിബെൽ $d = \log(p/p^{\circ})$)

ഹൈഡ്രജൻ അയോൺ സാന്ദ്രത

ദ്രാവകത്തിലുള്ള ഹൈഡ്രജൻ അയോൺ സാന്ദ്രതയുടെ നെഗറ്റീവ് ലോഗരിതമാണ് PH ആയി നിർവചിക്കുന്നത്. ഏഴ് PH -ന്ന താഴെ ആണെങ്കിൽ അംമ്ലഗുണവും(acidity) 7ൽ കൂടുതൽ ആണെങ്കിൽ ക്ഷാരഗുണവും(alkaline) ആണ്.

PH = - log[H+]

= -log(x)

ഉദാഹരണത്തിനായി നാരങ്ങാ വെള്ളത്തിന്റെ PH 1.7 ആണെങ്കിൽ ഹൈഡ്രജൻ അയോൺ സാന്ദ്രത എത്രയാണെന്ന് നോക്കാം.

1.7 = ----logx

x = 0.02

നാരങ്ങാ വെള്ളത്തിന്റെ ഹൈഡ്രജൻ അയോൺ സാന്ദ്രത 0.02 ആണ്.

ലോഗരിതമുപയോഗിച്ച സാധാരണമായ ഗണിതക്രിയകൾ ചെയ്യുന്നതിനപ്പുറം ലോഗരിത ഫങ്ക്ഷൻ, exponential ഫങ്ക്ഷൻ എന്നിവ ഉപയോഗിച്ചുള്ള ശാസ്ത്രസംബന്ധമായ കണക്കുകൂട്ടലുകൾക്കു അത്യന്താപേക്ഷിതമാണ്. ലോഗരിതം സമവാക്യങ്ങൾ സയൻസിന്റെയും ഗണിതത്തിന്റെയും വിവിധ മേഖലകളിൽ ഇന്നു വളരെയധികം ഉപയോഗിക്കപ്പെടുന്നുണ്ടല്ലോ

ക്രമഗുണിതം (Factorial)

ഊണമല്ലാത്ത പൂർണ്ണസംഖ്യയും അതിനേക്കാൾ ചെറിയ എല്ലാ പൂർണ്ണസംഖ്യകളും തമ്മിൽ ഗുണിച്ചാൽ കിട്ടുന്ന ഫലമാണ് ആ പൂർണ്ണസംഖ്യയുടെ ഫാക്ടോറിയൽ അഥവാ ക്രമഗുണിതം. ഗണിതത്തിൽ n എന്ന സംഖ്യയുടെ ഫാക്ടോറിയലിനെ സൂചിപ്പിക്കുന്നത് n! എന്നാണ്. ഭാഷയിൽ ഉപയോഗിക്കുന്ന ആശ്ചര്യചിഹ്നമാണ് ക്രമഗുണിത (Factorial) ചിഹ്നമായി ഉപയോഗിക്കുന്നത്.

നമ്മൾക്ക് താൽക്കാലികമായി ഒരു ബെല്ലിന് (Bell) ആശ്ചര്യ ചിഹ്നം ! കൊടുക്കാം.

ബെൽ ഒന്നും തന്നെയില്ലെങ്കിൽ ഒറ്റ മാർഗ്ഗമേ ഉള്ളൂ. ബെൽ (മണി) അടിക്കാതിരിക്കുക എന്ന മാർഗ്ഗം മാത്രം. അതായത് 0! = 1, ഒരു ബെൽ മാത്രമേ ഉള്ളൂ എങ്കിൽ ഒരു വിധത്തിൽ മാത്രം ബെൽ അടിക്കാം. 1! = 1. ഇങ്ങനെ രണ്ടു ബെൽ ആണ് ഉള്ളതെങ്കിൽ 2! = 2×1=2, നാലു ബെല്ലാണെങ്കിൽ 4! =4×3×2×1 =24, ആറു ബെല്ലാണെങ്കിൽ 6! = 720 ഏഴ് വിധത്തിൽ മണി (ബെൽ) അടിക്കാം.

ഇങ്ങനെ 7 ബെൽ 7! =5040 തവണ വ്യത്യസ്ഥമായി അടിക്കാം. ഒരു തവണ ബെൽ അടിക്കാൻ 6 സെക്കന്റ് ആവശ്യമാണെങ്കിൽ 5040 മാറ്റത്തിനു 8 മണിക്കൂർ 24 മണിക്കൂറുകളോളം എടുക്കും.

Factorial സമ്പ്രദായം തന്നെ നമൊന്നും അറിയാതെ പലവിധത്തിലും ഉപയോഗിക്കുന്നുണ്ടല്ലോ. പള്ളികളെയും അമ്പലങ്ങളെയും ബന്ധപ്പെട്ട് പല വിധത്തിലും മണി (Bell) അടിക്കുന്ന സമ്പ്രദായമുണ്ടല്ലോ.

അതുപോലെ തന്നെ ഔദ്യോഗികമായി ചില മുന്നറിയിയിപ്പിനും അപായ സൂചന നൽകാനും മണിയടിക്കാറുണ്ടല്ലോ. വ്യത്യസ്ഥ അറിയിപ്പുകൾക്കായി വ്യത്യസ്ഥമായ രീതിയിൽ മണി അടിക്കുന്ന സമ്പ്രദായവുമുണ്ട്.

7! = 5040

എന്തുകൊണ്ടും 5040 എന്ന നമ്പറിനെ 'Factorial Seven' എന്നു പറയാമല്ലോ. അതു പോലെ n! എന്നാൽ 'Factorial n' എന്നാണല്ലോ.

e യെ താഴെ പറയുന്ന ശ്രേണിയിലൂടെ രേഖപ്പെടുത്താമല്ലോ.

e = (1/0!)+ (1/1!) +(1/2!)+ (1/3!) + (1/5!) + (1/5!) +(1/6!) +(1/7!)+ ----

e യുടെ മൂല്യം നിശ്ചയിക്കുമ്പോൾ സംഖ്യകളുടെ ഫാക്ടോറിയലും അതിനുശേഷം ഭിന്നകങ്ങളുടെ മൂല്യവും കാണണമല്ലോ.

Factorial Table

n	n!
1	1
2	1
3	2
4	6
5	24
6	120
7	720
8	40320
9	362880
10	3628800
11	39916800
12	479001600
13	6227020800
14	87178291200
15	1307674368000
16	20922789888000
17	355687428096000
18	6402373705728000

19	121645100408832000
20	2432902008176640000
25	1.551121004×10^{25}
50	3.041409320×10^{64}
100	$9.332621544\times10^{157}$
1000	$9.332621544\times10^{157}$
10000	$2.846259681\times10^{35659}$
100000	$2.824229408\times10^{456573}$
1000000	$8.263931688\times10^{5565708}$

52 കാർഡുകൾ കൊണ്ടു എത്ര തരത്തിലുള്ള കളികൾ സാദ്ധ്യമാണ്? 52! എന്നത് ഭീമമായ സംഖ്യയാണ്.

ഇത്തരത്തിൽ വളരെയധികം പൂജ്യങ്ങൾ തുടർന്നു വരുന്ന സംഖ്യകൾ, ചെറിയ സംഖ്യകളുടെ ഫാക്ടോറിയൽ ആയി എഴുതാം.

വളരെ വലിയ സംഖ്യകളുടെ ഫാക്ടോറിയലുകളുടെ ലോഗരിതം പട്ടിക ലഭ്യമാണ്.

ഉദാഹരണമായി

log1000! =2567.604644

അതുകൊണ്ടു

1000! = 4.024×102567

ഗണിതത്തിൽ n ന്റെ ഫാക്ടോറിയൽ രേഖപ്പെടുത്തുന്നത് n! എന്നാണ്.

n! = n× (n-1) × (n-2) × (n-3) × (n-4) × (n-5).......

5! = 5×4×3×2×1

n! = n× (n-1)!

5! = 5×4!

ഇങ്ങനെ പോകുന്നു...

Factorial of 0 is 1 is 0!= 1

Factorial of 1 is 1 is 1!= 1

ഇരട്ട ഫാക്ടോറിയൽ (Double Factorial)

ഒന്നിടവിട്ട സംഖ്യകളുടെ ഫാക്ടോറിയലിനെയാണ് Double factorial എന്നു പറയുന്നു.

Multifactorial

1) n! = n!!.(n-1)!!

2) n!= n!!.(n-1)!!!.(n-2)!!!

ആദ്യത്തേത് ഡബിൾ ഫാക്ടോറിയലും രണ്ടാമത്തേത് ട്രിപ്പിൾ (Tripple)ഫാക്ടോറിയലും ആണ്. Multifactorial ന വേണ്ടി ഒന്നിൽക്കൂടുതൽ ആശ്ചര്യചിഹ്നങ്ങൾ ഉപയോഗിക്കുന്നു. രണ്ടിന്റെ step (Double factorial) ആണെങ്കിൽ n!! എന്നും മൂന്നിന്റെ step (Triple) n!!! എന്നും ഉപയോഗിക്കുന്നു.

പ്രിമോറിയാൽ (Primorial)

ഒരു സ്വാഭാവിക സംഖ്യ n ന്റെ പ്രീമോറിയലിനെ n# എന്നാണ് രേഖപ്പെടുത്തുന്നത്. ഇത് ഫാക്ടോറിയൽ പോലെ ആണെങ്കിലും ഗുണിതത്തിനു Prime സംഖ്യകൾ മാത്രമെ കണക്കാക്കുകയുള്ളൂ.

11# = 11×7×5×3×2×1= 2310

Super Factorials

Superfactorial(n) എന്നത് n ഫാക്ടോറിയലുകളുടെ ഗുണിതമാണ്.

Sf(4) = 1! ×2! ×3! ×4! =288

ഫാക്ടോറിയൽ ഓപ്പറേഷൻ ഗണിതത്തിലെ വിവിധ മേഖലകൾ

പ്രത്യേകിച്ച് combinotories (ഗണിതത്തിലെ കമ്പിനേഷനുകളുമായി ബന്ധപ്പെട്ട പഠനം, ബീജഗണിതം(Algebra), ഗണിതവിശകലനം (Mathematical analysis) എന്നീ മേഖലകളിൽ വളരെ ഉപകാരപ്രദമാണ്.

ക്രമഗുണിതത്തിന്റെ(Factorial) ഉപയോഗം ഗണിതത്തിൽ നിരവധിയാണ്. ചിലതു ഇവിടെ സൂചിപ്പിച്ചു എന്നേയുള്ളൂ.

'ഗണിതത്തിലെ അഞ്ചാമത്തെ പ്രക്രിയ'

അൾജിബ്രയെ പലപ്പോഴും 'അങ്കഗണിതത്തിലെ ഏഴ് പ്രക്രിയകൾ ' എന്നാണ് പറയുന്നത്. ഇത് വിശ്വപ്രസിദ്ധ ശാസ്ത്രഎഴുത്തുകാരനായ Y. I. പെരിൽമാൻ 'Algebra can be fun' എന്ന പുസ്തകത്തിൽ ചൂണ്ടിക്കാണിക്കുന്നുണ്ട്. നാലു പ്രധാന പ്രക്രിയകളുടെ (+,--- -,*, /) കൂടെ മൂന്നു പ്രക്രിയകൾ കൂടി കൂട്ടിച്ചേർക്കപ്പെട്ടു. കൂട്ടിച്ചേർത്തതിൽ പ്രധാനപ്പെട്ടതാണ് സംഖ്യയുടെ 'Power ' ഉയർത്തുക എന്നത്.(Exponentiation). മറ്റു രണ്ടെണ്ണങ്ങളിൽ ഒന്നു root (sq. root അടക്കം) കാണുന്നതായി കണക്കാക്കപ്പെടുന്നു. Power ഒരു ഭിന്ന സംഖ്യയിലേക്ക് ഉയർത്തുന്ന പ്രക്രിയയെ root കാണുന്നതായി പറയാം. (Sixth operation)

Root കാണുക എന്നത് exponent ഒരു ഭിന്ന സംഖ്യയായിരിക്കുമ്പോഴുള്ള പ്രക്രിയയാണെന്നു 16-ആം നൂറ്റാണ്ടിൽ ജീവിച്ചിരുന്ന ഗണിതജ്ഞനായ സൈമൺ സ്റ്റീവിൻ ആണ് രേഖപ്പെടുത്തിയത്. ഇത്തരത്തിലുള്ള പവർ ഉയർത്തുന്ന സംഖ്യകളിൽ അതിന്റെ ബേസ് (Base) കാണുന്നതിനെ മറ്റൊരു ഗണിതശാസ്ത്ര പ്രക്രിയയായി കണക്കാക്കാം.j

ഒരു സംഖ്യയെ 'Power 'സംഖ്യയായി ഉയർത്തുന്നതിനെക്കുറിച്ചു സൂചിപ്പിക്കാം. പ്രായോഗിക ജീവിതത്തിൽ ഒരു സംഖ്യയുടെ വർഗ്ഗവും (square), ത്രിവർഗ്ഗവും (Cube) കാണേണ്ട ധാരാളം സന്ദർഭങ്ങൾ ഉണ്ടാകാം വിസ്തീർണ്ണവും (Area) വ്യാപ്തവും (Volume) കാണേണ്ട

ഘട്ടങ്ങളാണവ. ഗുരുത്വാകർഷണം (Universal Gravitation), എലെക്ട്രോസ്റ്റാറ്റിക് ബലം, കാന്തികാകർഷണം, ദൂരത്തിൽ നിന്നുള്ള പ്രകാശത്തിന്റെയും, ശബ്ദത്തിന്റെയും ശക്തി അളക്കൽ തുടങ്ങിയവ ക്കെല്ലാം സംഖ്യയുടെ വർഗ്ഗമോ, ത്രിവർഗ്ഗമോ, മറ്റു ഉയർന്ന വർഗ്ഗമോ കണക്കു കൂട്ടേണ്ടി വരുന്നു.

സാധാരണ എല്ലാവരും വിശ്വസിക്കുന്നത് വർഗ്ഗവും (Square), ത്രി വർഗ്ഗവും (Cube) കണക്കാക്കേണ്ട ആവശ്യമേ നിത്യ ജീവിതത്തിൽ ഉള്ളൂ എന്നാണ്. പദാർത്ഥത്തിന്റെ ബലം (Strength of meterial) കണക്കാക്കുമ്പോൾ സാങ്കേതികവിദഗ്ധർ നാലാമത്തെ വർഗ്ഗം (Power) (x^4)വരെയും നീരാവി പൈപ്പ് ലൈനിന്റെ കനം കണക്കാ ക്കുമ്പോൾ ആറാമത്തെ വർഗ്ഗം (x^6) വരെയും കണക്കു കൂട്ടേണ്ടി വരും. ഒരു ജലസാങ്കേതിക വിദഗ്ധൻ ആറാമത്തെ വർഗ്ഗം (Power) വരെയും കണക്കു കൂട്ടേണ്ടി വരും. ഒരു നദിയുടെ പ്രവാഹം മറ്റൊരു നദിയുടെ പ്രവാഹത്തിന്റെ ശക്തിയുടെ നാലിരട്ടിയാവാം. ഒഴുക്ക് കൂടിയ നദിയിൽ ഒഴുക്ക് കുറഞ്ഞ കുറഞ്ഞനദിയുടേതിന്റെ 4^6 അഥവാ (4096) ഇരട്ടി ഭാരമുള്ള പാറയെ ഒഴുക്കിലൂടെ കൊണ്ട് പോകാൻ കഴിയും.

ഇലക്ട്രിക് ബൾബിന്റെ പ്രകാശവും (Incandescent bulb) അതു ണ്ടാക്കുന്ന ചൂടിന്റെ ബന്ധവും കാണാൻ സംഖ്യയുടെ കൂടുതൽ ഉയർന്ന വർഗം (Power) കാണേണ്ടി വരും. White light അനുസരിച്ചുള്ള പ്രകാശം ചൂടിന്റെ 12 ആം വർഗ്ഗം (Power) ആയാണ് ബന്ധപ്പെട്ടിരി ക്കുന്നത്. ചുവന്ന ചൂടാണെങ്കിൽ 13 ആം വർഗ്ഗവുമായാണ് ബന്ധം. ഒരു വസ്തു 2000ഡിഗ്രിയിൽ നിന്നു 4000 ഡിഗ്രി C യിലേക്ക് ചൂടാക്കുമ്പോൾ (2 മടങ്ങ്) പ്രകാശം 212 ഇരട്ടി എന്ന തോതിലാണ് കൂടുന്നത്. (അതായതു 4000 ഇരട്ടിയോളം വരും.)

ജ്യോതിശാസ്ത്രസംഖ്യകൾ

അഞ്ചാമത്തെ ഗണിത ശസ്ത്രപ്രക്രിയയായ സംഖ്യയുടെ ഉയർന്ന Power കാണാനുള്ള പ്രക്രിയകൾ, കൂടുതലായും ജ്യോതിശാസ്ത്രജ്ഞ രെയും ശാസ്ത്രജ്ഞരെയും മാത്രം ബാധിക്കുന്ന പ്രശ്നങ്ങളാണ് സാധാരണ ജനങ്ങളെ ബാധിക്കാറില്ല. കൂടുതൽ വലുതും നീണ്ടതുമായ സംഖ്യകൾ കൊണ്ട് പ്രവർത്തിക്കുന്നത് അവരാണല്ലോ. ഇത്തരത്തിലു ള്ള ജ്യോതിശാസ്ത്രസംഖ്യകൾ എഴുതുന്നതും അവ ഉപയോഗിച്ച് കണക്കു കൂട്ടുന്നതും പ്രായോഗികമായി വളരെ ബുദ്ധിമുട്ടു തന്നെയാണ്.

ആൻഡ്രോമീഡിയ നെബുല (Andromedia Nebula) യിലേക്കുള്ള ദൂരം കിലോമീറ്ററിലാണെങ്കിൽ താഴെ പറയുന്ന വിധത്തിൽ എഴുതാം.

95 000 000 000 000 000 000

ഇതേ ദൂരം സെന്റിമീറ്ററിൽ എഴുതുകയാണെങ്കിൽ പിന്നെയും സംഖ്യയുടെ നീളം കൂടും

9500 000 000 000 000 000 000 000

സൂര്യന്റെ പിണ്ഡം (Mass) ഗ്രാമിൽ എഴുതുകയാണെങ്കിൽ സംഖ്യയുടെ നീളം കൂടും

1983 000 000 000 000 000 000 000 000 000

ഇത്തരത്തിൽ ചങ്ങലകളായി പിന്തുടരുന്ന പൂജ്യം എഴുതുന്നതിനു ബുദ്ധിമുട്ടാണ്. കൈകാര്യം ചെയ്യുന്നതിനും കണക്കു കൂട്ടുന്നതിനും ഉള്ള എളുപ്പത്തിനു വേണ്ടിയാണു, സംഖ്യകൾ power ആയി എഴുതുകയെന്ന സമ്പ്രദായം ഉണ്ടായത്.

$100= 10^2$, $1000= 10^3$, $10000=10^4$ എന്നിങ്ങനെ സംഖ്യകൾ എഴുതുന്നത് എളുപ്പമാക്കാം.

മുകളിൽ സൂചിപ്പിച്ച വളരെ വലിയ സംഖ്യകൾ താഴെ കാണിക്കുന്ന പ്രകാരം എഴുതാം.

$95\times(10^{23})$ (ആദ്യം സൂചിപ്പിച്ച സംഖ്യ)

$1983\times(10^{30})$ (രണ്ടാമത് സൂചിപ്പിച്ച സംഖ്യ)

ഈ രണ്ടു സംഖ്യകളും ഗുണനം ചെയ്യുന്നത് എങ്ങിനെയെന്ന് നോക്കാം.

$95\times1983 = 188, 385$

$95\times(10^{23}) \times1983\times(10^{30}) = 188,385\times(10^{53})$

ഇത്തരമൊരു രീതി സൗകര്യപ്രദമെന്നു മാത്രമല്ല കൂടുതൽ വിശ്വസ്തവുമാണ്. കൂടുതൽ നീളമുള്ള സംഖ്യയിൽ നിന്നു സംഖ്യകൾ miss ചെയ്യാൻ എളുപ്പമാണ്

ജ്യോതിശാസ്ത്ര യൂണിറ്റുകൾ

AU എന്നറിയപ്പെടുന്ന Astronomical യൂണിറ്റും പ്രകാശവർഷം (Light year) എന്നറിയപ്പെടുന്ന യൂണിറ്റും ആണ് അവ.

ജ്യോതിശാസ്ത്ര യൂണിറ്റ് (Astronomical unit -AU)

ഈ യൂണിറ്റിന്റെ നീളം ഭൂമിയിൽ നിന്നു സൂര്യനിലേക്കുള്ള ഏകദേശ ദൂരമാണ്. ഭൂമി സൂര്യനെ ദീർഘവൃത്താകൃതിയിൽ പ്രദിക്ഷണം വെയ്ക്കുന്നതിനാൽ ഒരുകൊല്ലത്തിനിടയിൽ കുറേക്കാലം ഏറ്റവും കൂടിയ ദൂരത്തിൽ നിന്നു കുറഞ്ഞ ദൂരത്തിലേക്കു വരികയും പിന്നീട് കുറഞ്ഞ ദൂരത്തിൽ നിന്നു കൂടിയ ദൂരത്തിലാവുകയാണല്ലോ ചെയ്യുന്നത്. യൂണിറ്റിന് വേണ്ടി

ശരാശരിയായി150 ദശലക്ഷം കിലോമീറ്ററായി കൃത്യമായിപ്പറഞ്ഞാൽ 1.495978707×(10^{12}) മീറ്റർ എന്നാക്കി നിജപ്പെടുത്തിയിരിക്കയാണ്.

പ്രകാശ വർഷം (Light year)

പ്രകാശ വർഷം (Light year) എന്നു പറയുന്നത് പ്രകാശം ഒരു വർഷം കൊണ്ട് സഞ്ചരിക്കുന്ന ദൂരത്തെ ആണ്. ഒരു സെക്കൻഡിൽ 299792 കിലോമീറ്റർ വെച്ച് ഒരുവർഷം കൊണ്ട് സഞ്ചരിക്കുന്ന ദൂരമാണ് പ്രകാശവർഷം ഇത് 94607*(10^{12})km ആണ്.

ഇന്നാണെങ്കിൽ ഇത്തരത്തിലുള്ള ദീർഘസംഖ്യകൾ ഉപയോഗിച്ച ധാരാളം ഗണിതപ്രക്രിയകൾ ആധുനിക കമ്പ്യൂട്ടറുകളിൽ നടക്കുന്നുണ്ടല്ലോ.

ഗണിതവും സിറാക്യൂസിലെ ആർക്കിമിഡിസും

സിറാക്യൂസിലെ ആർക്കമെഡിസ് (287-212BC) ജീവിച്ചിരുന്നതിൽ വെച്ച് ഏറ്റവും മഹാനായ ഗണിതപ്രതിഭയായിരുന്നുവെന്നു പറയാം. വാസ്തവത്തിൽ ഗണിതഭൗതിക ശാസ്ത്രജ്ഞനായാണ് അദ്ദേഹത്തെ കാണേണ്ടത്. വസ്തുക്കൾ തുലനം ചെയ്യുന്നതിന്റെയും (Balancing) വസ്തുക്കൾ വെള്ളത്തിൽ പൊന്തിക്കിടക്കുന്നതിന്റെയും (Floating) തത്വം ആവിഷ്കരിച്ചതു ആർക്കമിഡീസ് ആണ്. ആർക്കമീഡിസ് ബുദ്ധിമാനായ എഞ്ചിനീയറും ആയിരുന്നു. മുകളിലേക്ക് വെള്ളം പമ്പ് ചെയ്യാനുള്ള ആർക്കിമെഡിസ് സ്ക്രൂ (Screw) വളരെയധികം പ്രസിദ്ധമായിരുന്നല്ലോ. പുരാതന ഗ്രീക്ക് ചരിത്രതത്വചിന്തകൻ പ്ലൂട്ടാർക് പറയുന്നത് ആർക്കിമിഡിസിന്റെ ഏറ്റവും അഭിമാനകരമായ നേട്ടം അദ്ദേഹത്തിന്റെ കല്ലറയിൽ കൊത്തിവെച്ചിരുന്നു എന്നാണ്. ഏറ്റവും ഭംഗിയുള്ളതായി പറയപ്പെടുന്ന ആ തത്വം സിലിണ്ടർ, അർദ്ധഗോളം, കോൺ എന്നിവയുടെ വ്യാപ്തങ്ങളുടെ റേഷ്യോ (Ratio) യെക്കുറിച്ചാണ്.

പ്ലൂട്ടാർക് (Plutarch), ലിവ്യ (Livy), Cicero തുടങ്ങിയ ചരിത്രകാരന്മാർ, റോമൻ ആക്രമികളുമായിയുള്ള ഏട്ടുമുറ്റലിൽ ആർക്കമിഡീസ് എങ്ങിനെയാണ് സിറാക്യൂസിന്റെ രക്ഷക്കെത്തിയത് എന്നു വ്യക്തമാക്കുന്നുണ്ട്. തെല്ലൊരു ഭയത്തോടും അതിലേറെ ബഹുമാനത്തോടും കൂടി റോമാക്കാർ ആർക്കിമെഡിസിനെ ശ്രദ്ധിച്ചു. ഇനിയെന്താണ് ആർക്കിമെഡിസിന്റെ അടുത്ത യന്ത്രം, അതു തങ്ങളെ നേരിടാൻ വരുന്നത് എങ്ങിനെയാണ്? അവർ ഭയന്നത് അതായിരുന്നു.

fig: ആർക്കിമിഡീസ്

വാസ്തവത്തിൽ ആർക്കിമിഡിസിന്റെ അറിവ് ലോകത്തെ മാറ്റി മറിച്ചു. അതെല്ലാം പുതിയ സാങ്കേതിക വിദ്യക്ക തുടക്കമാകുകയായിരുന്നു. റോളറുകൾ, വെഡ്ജസ് (Wedges), ഉത്തോലകങ്ങൾ (Levers), കപ്പികൾ (Pulleys) എന്നിവയുടെ പ്രവർത്തന തത്വം വിശദീകരിച്ചത് ആർക്കിമെഡിസ് ആണ്. ഗണിതശാസ്ത്രപരമായി ഗുരുത്വആകർഷണകേന്ദ്രം (Centre of gravity) കാണാനുള്ള മാർഗ്ഗം ആവിഷ്കരിച്ചതും ആർക്കിമിഡീസ് തന്നെ. ഗോളത്തിന്റെ വ്യാപ്തവും ($(4/3)\pi r^3$), ഉപരിതല വിസ്തീർണ്ണവും($4\pi r^2$) കാണാനുള്ള ഫോർമുലയും ആദ്യമായി കണ്ടെത്തിയതും ആർക്കിമിഡീസ് ആണ്.

ഒരു വൃത്തത്തിനകത്തു ഒരു ഹെക്സഗൺ (Hexagon- ഷഡ്ഭുജം) വരക്കാമെന്നും (ചെറുത്), അതുപോലെ വൃത്തത്തിനു വെളിയിൽ വലിയ ഹെക്സഗൺ വരക്കാമെന്നും അദ്ദേഹം കണ്ടെത്തി. വൃത്തത്തിന്റെ വിസ്തീർണ്ണം ഈ രണ്ട് ഹെക്സഗണുകളുടെ വിസ്തീർണത്തിനു ഇടയിലായിരിക്കുമെന്ന് അനുമാനിച്ചു. ഹേക്സഗണുകളുടെ മൂലകളെ ബന്ധിച്ച തൃകോണങ്ങൾ വരച്ചാൽ വിസ്തീർണ്ണം കാണുക എളുപ്പമാണെന്നും കണ്ടെത്തി. ഇതേ തത്വം തന്നെ വശങ്ങൾ കൂടിയ പോളിഗണും (ബഹുബുജം) ബാധകമാണെന്ന അദ്ദേഹം കണ്ടെത്തി. വശങ്ങൾ കൂട്ടിക്കൊണ്ട് വൃത്തത്തിന്റെ അടുത്തു നിൽക്കുന്ന പോളിഗൺ വരക്കാമെന്നും, അതുപയോഗിച്ച് πയുടെ മൂല്യം കാണാമെന്നും അദ്ദേഹം കണ്ടെത്തി. 96 വശങ്ങളുള്ള പോളിഗോൺ ഉപയോഗിച്ച രണ്ട് ദശാംശത്തിനു ആർക്കിമിഡീസ് πയുടെ മൂല്യം കണ്ടെത്തി.

'Proof by Exhaustion' എന്ന ഗണിത ശാസ്ത്ര അനുമാനം ആദ്യമായി ഉപയോഗിക്കുന്ന ആളാണ് ആർക്കിമിഡീസ് എന്നു പറയാം.വാസ്തവത്തിൽ ഇതുപോലുള്ള ഗണിത വാദഗതികൾ ഉപയോഗിക്കാമെന്ന് കണ്ടെത്തിയതിനുള്ള ബഹുമതി ഗണിതജ്ഞനും ജ്യോതിശാസ്ത്രജ്ഞനും ആയ യൂഡോക്സിനാണ്. (Eudoxs 408-355 BC)

ഇതിന്റെ തെളിയിക്കലെങ്ങിനെയെന്നു നോക്കാം. ആർക്കമീഡിസ് ചെയ്തതിങ്ങനെയാണ്. വൃത്തത്തിന്റെ വിസ്തീർണ്ണം πr^2 നു കൂടുതൽ അല്ലെന്നു തെളിയിക്കുക. അതുപോലെ വിസ്തീർണ്ണം πr^2 നു താഴെയും അല്ലെന്നു തെളിയിക്കുക അപ്പോൾ ശരിയായ വിസ്തീർണ്ണം πr^2 തന്നെ ആയിരിക്കണമല്ലോ. ഇത്തരം ഗണിത ശാസ്ത്രവാദഗതികളോടെ നിഗ മനത്തിലെത്തുന്ന രീതിയാണ് 'Proof by Exhaustion'.(ഇതിനെ ' proof by cases' എന്നും പറയും. പ്രശ്നം ചുരുക്കി കൊണ്ടു വരുന്ന രീതിയാണ് ഇതും.) അലക്സാണ്ടറിയ (Alexandria) ഗണിതത്തിനു വളരെയധികം പ്രാധാന്യം കൊടുത്തിരുന്ന സ്ഥലമായിരുന്നു ആർക്കി മിഡീസ് അവിടെ പഠനം നടത്തിയിരുന്നു എന്നു വേണം വിചാരിക്കാൻ.

'ജോർജ് ഗീവർഗീസ് ജോസഫും ഇന്ത്യൻ ഗണിതവും '

ആധുനിക ലോകത്തിന് ഇന്ത്യൻ ഗണിതത്തിന്റെ വളർച്ചയും സംഭാവനയും മറ്റാരേക്കാളും കൂടുതലായും ചൂണ്ടികാണിച്ചത് ജോർജ് ഗീവർഗീസ് ജോസഫ് ആണ്. അതാകട്ടെ 'മയൂരശിഖ: ഗണിതശാസ്ത്രത്തിന്റെയൂറോപ്യേതര മൂല്യങ്ങൾ ' എന്ന അദ്ദേഹത്തിന്റെ പുസ്തകത്തിലൂടെയും. Passage to Infinity എന്ന അദ്ദേഹത്തിന്റെ മറ്റൊരു പുസ്തകവും അപ്രകാരം തന്നെ.

ഭാരതീയ ഗണിതം, വിവിധ കാലഘട്ടങ്ങളിൽ എങ്ങിനെയായിരുന്നവെന്നും, ഭാരതീയ ഗണിതത്തിന് പ്രാചീന കാലഘട്ടത്തിൽ ഉണ്ടായിരുന്ന അതുല്യമായ വളർച്ച മയൂരശിഖയിലൂടെ ജോർജ് വർഗീസ് ജോർജ് വരച്ച കാണിക്കുന്നുണ്ട്.

Fig: ജോർജ് ഗീവർഗീസ് ജോസഫ്

Dr. ജോർജ് ഗീവർഗീസ് കേരളത്തിൽ ആണ് ജനിച്ചത്. പ്രാഥമിക വിദ്യാഭ്യാസത്തിനു ശേഷം മാതാപിതാക്കളോടൊപ്പം കെനിയയിലെ മോംബസിലേക്ക് താമസം മാറ്റുകയും, അവിടെ വിദ്യാഭ്യാസം തുടരുകയും ചെയ്തു. കെനിയൻ ഗവണ്മെന്റിന്റെ

സ്കോളർഷിപ് യൂറോപ്പിൽ ലെസ്റ്റർ സർവകലാശാലയിലും മാഞ്ച സ്റ്ററിലും പഠിക്കാനുള്ള അവസരം ലഭിച്ചു. വിദ്യാഭ്യാസ ഓഫീസറായും ഗണിത അദ്ധ്യാപകനായും ഗവേഷകനായും പ്രവർത്തിച്ചു. ഗണിതത്തി ന്റെ ചരിത്രപരവും സാമൂഹികമായ മേഖലലകളിൽ ഊന്നിയായിരുന്നു പ്രധാനമായും ഗവേഷണം

മഹാത്മാഗാന്ധിയുടെ അടുത്ത സഹപ്രവർത്തകനും സഹചാരിയും പ്രമുഖ ദേശീയവാദിയും ആയിരുന്ന ബാരിസ്റ്റർ ജോർജ് ജോസഫിന്റെ പൗത്രൻ ആയിരുന്നു ജോർജ് ഗീവർഗീസ് ജോസഫ്. ബാരിസ്റ്റർ ബിരുദം നേടുകയും പിതാമഹൻ 1908-ൽ അംഗമായിരുന്ന മിഡിൽ ടെമ്പിൽ കോടതിയിൽ അംഗമാകുകയും ചെയ്തു. പിതാമഹാനെക്കുറി ച്ച് 'Life and time of a christian nationalist ' എന്ന പുസ്തകം പ്രസിദ്ധീകരിക്കപ്പെട്ടിട്ടുണ്ട്.

ശ്രീനിവാസ രാമാനുജന്റെ ജീവിതവും വിലയിരുത്തലുകളും തനിക്ക് വളരെയധികം പ്രചോദനമായിരുന്നു എന്ന് മയൂരശിഖക്ക് എഴുതിയ മുഖ വുരയിൽ ജോർജ് വർഗീസ് സൂചിപ്പിച്ചിട്ടുണ്ട്.അതു മാത്രമല്ല യൂറോപ്യൻ പക്ഷേപാതപരമായ നിലപാടുകളെ ഈ പുസ്തകത്തിൽ തുറന്നു കാട്ടു ന്നതിങ്ങനെ

'വസ്തുതകൾ ചൂണ്ടിക്കാണിക്കുന്നതിലും വ്യാഖ്യാനിക്കുന്നതിലും ചരിത്രപരവും ദേശപരവും ആയ പക്ഷപാതം പ്രകടിപ്പിക്കുന്നവയാണ് യൂറോപ്യേതര ഗണിതശാസ്ത്രം സംബന്ധിച്ച പ്രമാണിക ഗ്രന്ഥങ്ങൾ എന്ന് വ്യക്തമാണ്. അവ യൂറോപ്പിന് വെളിയിലുള്ള ഗണിതപ്രവർത്ത നങ്ങളുടെ പരിണാമവും ഉത്തര ഫലങ്ങളും അവഗണിക്കുകയോ വില കുറച്ചു കാണിക്കുകയോ വികൃതമാക്കുകയോ ചെയ്യുന്നതായി കാണാം ' അതുകൊണ്ട് തന്നെ ഗണിത ശാസ്ത്രത്തിന്റെ മൂലവും വികാസവും സംബ ന്ധിച്ച വിഭിന്ന കാഴ്ചപ്പാടുകൾ അവതരിപ്പിക്കുമെന്നാണ് മയൂരശിഖയുടെ ഒന്നാമദ്ധ്യായത്തിൽ ചൂണ്ടിക്കാണിക്കുന്നത്

പ്രാചീന ഇന്ത്യൻ ഗണിതത്തിന്റെ പഠനത്തിനു പുറമേ ജ്യോതിശാ സ്ത്രത്തിന്റെയും (Astronomy) ഗണിതതിന്റെയും കേരള സ്കൂളിനെപ്പ റ്റിയും.ദീർഘപഠനം നടത്തിയിട്ടുണ്ട്.. അതെല്ലാം കേരള ഗണിതം (Kerala Mathematics), അനന്തതയിലേക്ക് ഒരു പാത (A passage to Infinity) എന്നീ പുസ്തകങ്ങളിൽ പ്രതിപാദിക്കുന്നുണ്ട്.

മൾട്ടിവാരിബിൾ വിശകലനം, ഗണിതപ്രോഗ്രാമിംഗ്, ജനസം ഖ്യാശാസ്ത്രം (Demography) എന്നീ വിഷയങ്ങളിലും വിപുലമായ ഗവേഷണം ജോർജ് വർഗീസ് ജോസഫ് നടത്തിയിട്ടുണ്ട്.

Dr. ജോർജ് വർഗീസ് ജോർജിന്റെ പ്രധാന കൃതികൾ താഴെ പറയുന്നവയാണ്.

1) Crest of the Peacock(മയൂരശിഖ)

2) ഇന്ത്യൻ ഗണിതം (Indian Mathematics)

3)Passage to Infinity(അനന്തതയിലേക്കുള്ള പാത)

4) കേരള ഗണിതം (Kerala Mathematics)

5)Dr. George Joseph: The life and Times of Christian Nationalis

'ഓയ്‌ലറുടെ മഹത്തായ സമവാക്യം' (Euler's great identity)

ഗണിതത്തിലെ പ്രസിദ്ധമായ ഓയ്‌ലർ സമവാക്യം(Euler's Identity) എന്താണെന്നു നോക്കാം.പ്രസിദ്ധ ഭൗതിക ശാസ്ത്രജ്ഞനായ റിച്ചാർഡ് ഫെയ്ൻമാൻ, ഓയ്‌ലർ സമവാക്യത്തെപ്പറ്റി പറഞ്ഞത് ഇങ്ങനെയാണ്. 'ഓയ്‌ലർ സമവാക്യം ഒരു രത്നക്കല്ലാണ് (Jewel). ഗണിതത്തിലെ ഏറ്റവും ശ്രദ്ധേയമായാ സൂത്രവാക്യമാണ് ഓയ്‌ലർ സമവാക്യം.'

$$e^{i\pi}+1=0$$

ഓയ്‌ലർ സമവാക്യമായ $ei^{\pi}+1= 0$ -ൽ എത്തിയത് എങ്ങിനെയെന്നു നോക്കാം. ഗണിതസമവാക്യം

$e^{ix}= \cos x + i \sin x$ ശ്രദ്ധിക്കുക

If $x =\pi$, then $\cos \pi= -1$, $\sin \pi=0$

$e^{i\pi}= \cos \pi+ i \sin \pi$

$=-1+i*0 = - 1$

$e^{i\pi}+1 =1$

ഓയ്‌ലർ സമവാക്യം ശ്രദ്ധിച്ചാൽ ചില പ്രത്യേകതകൾ കാണാവുന്നവയാണ്. ഈ സമവാക്യവുമായി 5 ഗണിതസ്ഥിരാങ്കങ്ങൾ ബന്ധപ്പെട്ടിരിക്കുന്നു. അവ ഇങ്ങനെയാണ്.

Fig. ഓയ്‌ലർ

1) 0 എന്ന സംഖ്യ (Additive identity: സംഖ്യയോട് 0 കൂട്ടുമ്പോൾ സംഖ്യയിൽ മാറ്റം വരുന്നില്ല)

2) 1 എന്ന സംഖ്യ (യൂണിറ്റി, Multiplicative identity:സംഖ്യയെ 1 കൊണ്ട് ഗുണനം ചെയ്താൽ സംഖ്യയിൽ മാറ്റം വരുന്നില്ല.)

3) π എന്ന സംഖ്യ ((ഏകദേശ മൂല്യം 3.141....) വൃത്തവുമായി ബന്ധപ്പെട്ട അടിസ്ഥാനപരമായ സ്ഥിരാങ്കം))

4) e എന്ന സംഖ്യ (ഗണിത വികസനത്തിന് അത്യാവശ്യമായ ഓയ്‌ലർ സംഖ്യ എന്നറിയപ്പെടുന്ന e)

5) i എന്ന സാങ്കൽപ്പിക സംഖ്യ (സങ്കീർണ്ണ (Complex) സംഖ്യകളിലെ സാങ്കൽപ്പിക ഭാഗവുമായി ബന്ധപ്പെട്ട ശ എന്ന സംഖ്യ.)

$i = \sqrt{(-1)}$

ഓയ്‌ലർ സമവാക്യത്തിൽ സാങ്കൽപ്പിക സംഖ്യയായി ബന്ധപ്പെട്ട സമവാക്യത്തിന്റെ ഫലം 0 എന്ന നിലയിലേക്ക് എത്തുന്നു എന്നത് അത്ഭുതകരം തന്നെ.

ഓയ്‌ലർ ഫോർമുലയെപ്പറ്റി പുസ്തകം എഴുതിയ ന്യൂ ഹാംസ്റ്റിയർ യൂണിവേഴ്സിറ്റിയിലെ പ്രൊ:പോൾ നാഹിം, ഓയ്‌ലർ സംഖ്യകൾ 'വിശിഷ്ട ഭംഗി (Exquisite beauty)' ഉള്ളതെന്നാണ് രേഖപ്പെടുത്തിയിട്ടുള്ളത്.

സ്റ്റാൻഫോർഡ് യൂണിവേഴ്സിറ്റി പ്രൊഫസർ കേയ്ത്ത് ഡെവ്‌ലിൻ, ഓയ്‌ലർ സമവാക്യത്തെ 'ഷേക്സ്പിയർ sonnet' ആയിട്ടാണ് താരതമ്യം ചെയ്തിട്ടുള്ളത്.

ഗണിതശാസ്ത്ര എഴുത്തുകാരനായ കോൺസ്റ്റൻസ് റീയ്ഡ്, ഓയ്‌ലർ സമവാക്യത്തെ 'ഗണിതത്തിലെ ഏറ്റവും പ്രസിദ്ധമായ ഫോർമുല ' എന്നാണ് വിശേഷിപ്പിച്ചത്. 19-ആം നൂറ്റാണ്ടിലെ തത്വചിന്തകനും ഗണിതജ്ഞനും ആയ ബെഞ്ചമിൻ പെയ്ഴ്സ് ഇങ്ങനെയാണ് വിശേഷിപ്പിച്ചത്.

'വിരോധാഭാസം എന്നു തോന്നുമെങ്കിലും നമ്മളത് തെളിയിച്ചുവല്ലോ. അതു കൊണ്ട് ഓയ്‌ലർ സമവാക്യം ശരിയാകാതെ വയ്യല്ലോ '.

1990-ൽ 'Mathematical intellegencer'എന്ന ഗണിതശാസ്ത്ര മാസികയുടെ വായനക്കാർ 'ഗണിതത്തിലെ ഏറ്റവും ഭംഗിയുള്ള തിയറം' എന്നാണ് ഓയ്‌ലർ സമവാക്യത്തെ വിശേഷിപ്പിച്ചത്. Physics World വായനക്കാർ ഓയ്‌ലർ സമവാക്യത്തെ മാക്സ്‌വെൽ ഇലക്ട്രോമഗ്നറ്റിക് സമവാക്യവുമായി ബന്ധിപ്പിച്ച 'ഇന്നേവരെ ഉണ്ടായിട്ടുള്ളതിൽ വെച്ച് ഏറ്റവും മനോഹരമായ സമവാക്യം' എന്നാണ് വിശേഷിപ്പിച്ചത്.

ലെയാൻഹാർഡ് ഓയ്‌ലർ ((Leonhard Euler) 18ആം നൂറ്റാണ്ടിൽ ജീവിച്ച പ്രസിദ്ധനായ ഗണിതജ്ഞനാണല്ലോ. സ്വിറ്റ്സർലാൻഡിൽ ആണ് ജനിച്ചതെങ്കിലും ജീവിതത്തിന്റെ സിംഹഭാഗവും കഴിച്ച കൂട്ടിയത് റഷ്യയിലെ St. പീറ്റേഴ്സ്ബർഗിൽ ആയിരുന്നു. ഗണിതത്തിലെ ഓയ്‌ലറുടെ സംഭാവനകൾ ഒന്നിനൊന്നു മെച്ചപ്പെട്ടതും പ്രാധാന്യമുള്ളതുമാണ്. ഓയ്‌ലർ സമവാക്യം വിവരിക്കുന്ന പുസ്തകങ്ങൾ പലരിൽ നിന്നായി പ്രസിദ്ധീകരിക്കപ്പെട്ടിട്ടുണ്ട്. ഗണിതവുമായി ബന്ധപ്പെട്ട ഓയ്‌ലറുടെ കണ്ടുപിടുത്തങ്ങൾ ശാസ്ത്രത്തിനു വളരെയധികം ഉപകരിച്ചിട്ടുണ്ട് എന്നു പ്രത്യേകം സൂചിപ്പിക്കേണ്ട ആവശ്യം തന്നെ ഇല്ല.

'സുവർണ്ണ അനുപാതം (Golden ratio)'

ഗണിതത്തിൽ രണ്ടു സംഖ്യകളുടെ അനുപാതവും (Ratio), രണ്ടു സംഖ്യകൾ കൂട്ടി വലിയ സംഖ്യ കൊണ്ട് ഹരിച്ചാൽ കിട്ടുന്ന അനുപാതവും ഒന്നു തന്നെയാണെങ്കിൽ സംഖ്യകൾ സുവർണ്ണ അനുപാതത്തിലാണെന്നു പറയാം.

ബീജഗണിത (Algebra) പ്രകാരം, സംഖ്യകൾ a യും b യും a>b>0 എന്ന നിലയിലാണെങ്കിൽ

$(a+b)/a = a/b = Ø$ or ϕ

ഇവിടെ ഗ്രീക്ക് അക്ഷരം phi (Ø or ϕ) സുവർണ്ണ അനുപാതത്തെ സൂചിപ്പിക്കുന്നു. ദ്വിമാന സമവാക്യം (Quadratic equation) $Ø^2-Ø-1=0$ എന്ന രൂപത്തിൽ എഴുതുമ്പോൾ

$Ø = (1+\sqrt{5})/2 = 1.618033$ എന്നു കിട്ടും സുവർണ്ണ അനുപാത പ്രകാരം

$(a+b)/a = a/b = Ø$

$(a+b)/a= (a/a)+(b/a) = 1+b/a = 1+(1/Ø) = Ø$:

$Ø+ 1 = Ø^2$: $Ø^2- Ø - 1 =0$

ക്വാഡ്രറ്റിക് സമവാക്യം പ്രകാരം

$Ø = (1+ \sqrt{5})/2 = 1.618033$

ക്വാഡ്രാറ്റിക് സമവാക്യത്തിൽ ഇവിടെ നെഗറ്റീവ് വർഗ്ഗമൂല്യമായ -(1 +√5)/2 പ്രായോഗികമല്ല.

π, e എന്നിവയെ പോലെ phi (Ø)യും അപരിമേയ സംഖ്യയാണ് (Irrational number) കൃത്യമായ മൂല്യത്തിൽ എത്തിച്ചേരാൻ സാദ്ധ്യമല്ല. കൂടുതൽ ദശാംശ സംഖ്യകൾ ഉപയോഗിച്ച കൂടുതൽ കൃത്യതയിലേക്ക് എത്താമെന്ന മാത്രം.

സുവർണ്ണ അനുപാതത്തെ ഗോൾഡൻ റേഷ്യോ, ഗോൾഡൻ മീൻ (Goldenmean), ഗോൾഡൻ സെക്ഷൻ, ഡിവൈൻ പ്രൊപോഷൻ, ഡിവൈൻ സെക്ഷൻ, ഗോൾഡൻ പ്രൊപോർഷൻ എന്നെല്ലാം പറയാറുണ്ട്.

പല ഘട്ടത്തിൽ ജീവിച്ചിരുന്ന അതിപ്രശസ്തരായ ഗണിതജ്ഞർ, ഉദാഹരണമായി പ്രാചീന ഗ്രീസിലെ പൈത്തഗോറസ്, യൂക്ലീഡ് തുടങ്ങിയവർ, മധ്യകാലഘട്ടത്തിലെ ഇറ്റാലിയൻ ഗണിതജ്ഞനായ ലിയാണർഡോ ഓഫ് പിസാ (ഫെബോനോച്ചി), നവോത്ഥാന ഘട്ടത്തിലെ കെപ്ലർ, എന്തിനു പറയുന്നു, ഇന്ന് ജീവിച്ചിരിക്കുന്ന ഓക്സ്ഫോർഡ് ഗണിതജ്ഞനും ഭൗതികജ്ഞനും ആയ റോജർ പെൻറോസ് എന്നിവരെല്ലാം വളരെ എളുപ്പമായ സുവർണ്ണ അനുപാതത്തിന്റെ (Golden ratio) പ്രത്യേകതകൾ പഠിക്കാനായി മണിക്കൂറുകളോളം ചെലവാക്കിയിട്ടുണ്ട്. ജീവശാസ്ത്രജ്ഞർ, കലാകാരന്മാർ, സംഗീതജ്ഞർ, ചരിത്രകാരന്മാർ, ആർക്കിടെക്ട്, മനശാസ്ത്രജ്ഞർ, തുടങ്ങിയവരെല്ലാം ഗോൾഡൻ റേഷ്യോയുടെ പ്രത്യേകതകൾ കണ്ടു അത്ഭുതപ്പെട്ടിട്ടുണ്ട്. എല്ലാവരും തന്നെ പ്രകൃത്യാ ഉള്ള ഇത്തരം അനുപാതം പലേ വിധേന അറിഞ്ഞവരോ ഉപയോഗപ്പെടുത്തിയവരോ ആണ്.

Fig: Monolisa

പ്രസിദ്ധ ഗണിതജ്ഞനായ യൂക്ലീഡ് സുവർണ്ണ അനുപാതത്തെക്കുറിച്ച് വിശദമായി പഠിച്ചിട്ടുണ്ട്. പോളിഗണിലും സുവർണ്ണ ത്രികോണങ്ങളിലും ഇത്തരമൊരു അനുപാതം കണ്ടുവരുന്നതിനെപ്പറ്റി അദ്ദേഹം വിശദമായി പഠിച്ചിട്ടുണ്ട്.

പ്രകൃതിയിൽ വസ്തുക്കളുടെ അനുപാതത്തെക്കുറിച്ച് പഠിക്കാൻ സഹായിക്കുന്ന പല പറ്റേണുകളിലും ഗോൾഡൻ അനുപാതം കാണാം. ഉദാഹരണമായി spiral ആയിട്ടുള്ള ഇലകളുടെ ക്രമീകരണത്തിൽ ഇത്തരം സുവർണ്ണ അനുപാതം കാണാവുന്നതാണ്. പല വിധത്തിലുള്ള പുഷ്പങ്ങളിലും ഇത്തരത്തിലുള്ള ഘടന കാണാം. അതു പോലെ തന്നെ, പലേ തരത്തിലുള്ള വൃക്ഷങ്ങളിലും സസ്യങ്ങളിലും ഇത്തരം ക്രമീകരണം കാണാം.

ഇരുപതാം നൂറ്റാണ്ടിലെ പല കലാകാരന്മാരും ആർക്കിടെക്റ്റുകളും (ഉദാ: സൽവഡോർ ഡാലി) തങ്ങളുടെ കലാ സൃഷ്ടികൾ ഗോൾഡൻ റേഷ്യോയെ ആസ്പദിച്ച് നടപ്പാക്കാൻ ശ്രമിച്ചിട്ടുണ്ട്.

ജ്യാമിതിയിൽ സുവർണ്ണ അനുപാതം (Golden ratio) ധാരാളമായി കണ്ടു വന്നിരുന്നത് കൊണ്ട് പുരാതന കാലത്തെ ഗ്രീക്ക് ഗണിതജ്ഞർ ഇവയെക്കുറിച്ച് പഠിച്ചിരുന്നു. 5-ആം നൂറ്റാണ്ട് BC-യിൽ ഹിപ്പാസസ് (Hippasus), സുവർണ്ണ അനുപാതം (Golden ratio) പൂർണ്ണ സംഖ്യയോ ഭിന്നകമോ അല്ലെന്നു കണ്ടുപിടിച്ചു. ഗോൾഡൻ റേഷ്യോ ഒരു അഭിന്നക സംഖ്യയെന്നായിരുന്നു കണ്ടുപിടുത്തം. പൂർണ്ണ സംഖ്യയിൽ മാത്രം വിശ്വസിച്ചിരുന്ന പൈത്തഗോറിയന്മാർക്ക് അതൊരു പ്രഹരമായിരുന്നു. (പൈത്തഗോറസിന്റെ അനുയായികളെയാണ് പൈത്തഗോറിയന്മാർ

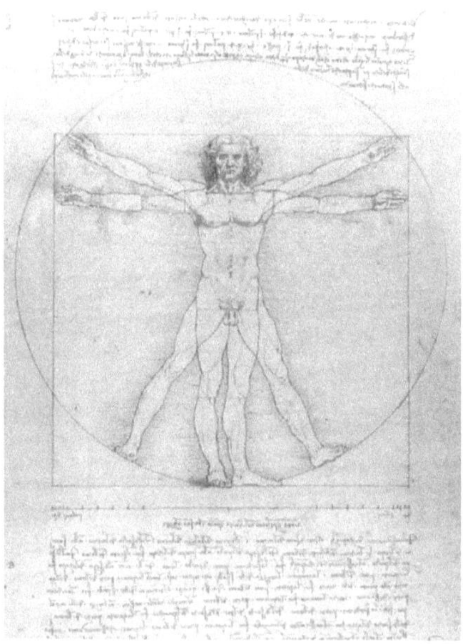

Fig:Vitruvian Man

എന്ന് പറഞ്ഞിരുന്നത്. പൂർണ്ണ സംഖ്യകളെ ആരാധിച്ചിരുന്ന അവർ പൂർണ്ണസംഖ്യയല്ലാത്ത സംഖ്യകളെ അംഗീകരിച്ചിരുന്നില്ല)

ദശാംശ സംഖ്യയിൽ ഗോൾഡൻ റേഷ്യോയുടെ മൂല്യം കണ്ടെത്തിയത് മൈക്കേൽ മായേസ്റ്റലിൻ (Michel Maestlin) ആണെന്നാണ് കരുതുന്നത്.

9-ആം നൂറ്റാണ്ടിൽ (AD 850- 950) ജീവിച്ചിരുന്ന അബുകാമിൽ ഗോൾഡൻ അനുപാതത്തെക്കുറിച്ച് വളരെയധികം പഠിക്കുകയും ജ്യാമിതിയിലെ കണക്കു കൂട്ടലിന് ഉപയോഗിക്കുകയും ചെയ്തിരുന്നു. ഇതു ഫിബാനോച്ചിയെ (Leonardo of Pisa)വളരെയധികം സ്വാധീനിച്ചിരുന്നു. അദ്ദേഹം താരതമ്യ ജ്യാമതിയിൽ ഗോൾഡൻ അനുപാതം ഉപയോഗപ്പെടുത്തുകയും ചെയ്തു.

16-ആം നൂറ്റാണ്ടിൽ ജർമൻ ഗണിതജ്ഞനായ സൈമൺ ജേക്കബ് ആണ് തുടർച്ചയായി വരുന്ന ഫൈബോനോച്ചി സംഖ്യകൾ ഗോൾഡൻ അനുപാതത്തിലാണെന്നു കണ്ടെത്തിയത്. 1608-ൽ കെപ്ലർ ഒന്നു കൂടി ഈ സംഭവം തെളിയിക്കുകയും സ്ഥിരീകരിക്കുകയും ചെയ്തു.

1597-ൽ മൈക്കിൽ മായേസ്റ്റലിൻ ഗോൾഡൻ അനുപാതത്തിന്റെ ഏകദേശമൂല്യത്തേക്കുറിച്ച് തന്റെ ശിഷ്യനായ കെപ്ലർക്ക് എഴുതുന്നു. ഈ എഴുത്തിനുള്ള മറുപടിയിലാണ് ഗോൾഡൻ അനുപാതവും പൈത്തഗോറസ് തിയറവും സംയോജിക്കുന്ന കെപ്ലർ ത്രികൊണത്തേക്കുറിച്ച് ആദ്യമായി വിവരിക്കുന്നത്.

ലൂക്ക പാസിയോളി 1509-ൽ അദ്ദേഹത്തിന്റെ 'ദിവ്യഅനുപാതം ' എന്ന പുസ്തകത്തിൽ ഗോൾഡൻ റേഷ്യോയെക്കുറിച്ച് സൂചിപ്പിക്കുന്നുണ്ട്.

പാസിയോളി, ലെണോർഡോ ഡാ വിഞ്ചിയുടെ ഉത്തമ സുഹൃത്തായിരുന്നു. ഡാ വിഞ്ചി ഈ അനുപാതത്തെ 'ഗോൾഡൻ സെലെക്ഷൻ'എന്നാണ് പറഞ്ഞിരുന്നത്. 16-ആം നൂറ്റാണ്ടിൽ ഗണിതജ്ഞനയാ ബോംബെല്ലി, ഇത്തരം അനുപാതം ജ്യാമിതിയിൽ ഉപയോഗിക്കുമ്പോഴുള്ള പ്രശ്നങ്ങൾക്ക് പരിഹാരം കണ്ടു എന്നാണ് പറയുന്നത്.

ഗോൾഡൻ അനുപാതം, മ്യൂസിക്കൽ കമ്പൊസിഷനുകളിൽ ഉപയോഗിക്കുന്നതായി കാണുന്നുണ്ട്.

19-ആം നൂറ്റാണ്ടിലെ അഡോൾഫ് സീസിങ്ങ് എന്ന മനഃശാസ്ത്രജ്ഞൻ ഗോൾഡൻ റേഷ്യോ പ്രചരിപ്പിച്ചിരുന്നതായി പറയപ്പെടുന്നു. ഗോൾഡൻ റേഷ്യോ പ്രാപഞ്ചികമായ നിയമമാണെന്നും ഈ നിയമത്തിന്റെ ഭംഗിയും ഉപയോഗവും എല്ലാ മേഖലകളിലും നിറഞ്ഞു നിൽക്കുന്നുവെന്നുമാണ് അദ്ദേഹം പറഞ്ഞിരുന്നത്.

പല നിർമ്മാണങ്ങളിലും പ്രത്യേകിച്ച് spiral പോലുള്ള നിർമ്മാണ ങ്ങളിൽ ഗോൾഡൻ അനുപാതം വ്യാപകമായി ഉപയോഗിക്കുന്നുണ്ട്.

മുൻ സൂചിപ്പിച്ച പോലെ സസ്യങ്ങളിലും വൃക്ഷങ്ങളിലും മാത്രമല്ല, പല ജന്തു ജീവജാലങ്ങളുടെ സംഖ്യ കൂടുന്നത് ഈ അനുപാതത്തിലാ ണെന്നു കാണാം. മനുഷ്യശരീരത്തിന്റെ അനുപാതമായി ബന്ധപ്പെട്ടും ഗോൾഡൻ റേഷ്യോ കാണുമെന്നാണ് പലരുടെയും അഭിപ്രായം. ലേണർഡോ ഡാ വിഞ്ചിയുടെ ഉത്തമ കലാ സൃഷ്ടികളായ 'വിട്രൂവിയൻ മാൻ ' 'മോണോ ലിസ ' തുടങ്ങിയവ ഗോൾഡൻ റേഷ്യോക്ക് ഉത്തമ ഉദാഹരണങ്ങളായി കരുതപ്പെടുന്നു.

സുവർണ്ണ അനുപാതമായി ബന്ധപ്പെട്ടു തന്നെ പല കെട്ടു കഥകളും പ്രചാരത്തിലുണ്ടെന്നു പറയേണ്ടതില്ലല്ലോ. അവയിൽ പലതും സത്യവി രുദ്ധമോ അർദ്ധസത്യങ്ങളോ മാത്രമാണ്.

പ്രസിദ്ധമായ ഫിബോനോച്ചി sequence തന്നെ ഗോൾഡൻ അനു പാതത്തിനു ഉത്തമ ഉദാഹരണമാണ്.

അത്തരമൊരു ശ്രേണി ശ്രദ്ധിക്കു.

1,1,2,3,5,8,13,21,34,55,89........

വളരെ പുരാതന കാലങ്ങളിൽ തന്നെ ഇത്തരമൊരു ശ്രേണി, ഇന്ത്യയിലടക്കം പലസ്ഥലത്തും പ്രചാരത്തിലുണ്ടായിരുന്നു എന്നാണ് ചരിത്രത്തിൽ നിന്നും അറിയാൻ കഴിയുന്നത്.

1910-ൽ ഗണിതജ്ഞനായ Mark Barr ആണ് ഗ്രീക്ക് ചിഹ്നമായ phi(Ø) ഗോൾഡൻ റേഷ്യോയെ സൂചിപ്പിക്കാനായി ഉപയോഗിച്ചു തുട ങ്ങിയത്. ഇന്ന് ഗണിതവുമായി ബന്ധപ്പെട്ടു തന്നെ ഇതിന്റെ നിരവധി ഉപയോഗങ്ങൾ കാണുന്നതാണ്

കെപ്ലർ ത്രികോണം
(Kepler Triangle)

പ്രസിദ്ധ ജർമ്മൻ ഗണിതജ്ഞനനും ജ്യോതിശാസ്ത്രജ്ഞനുമായ ജോഹാനസ് കെപ്ലറുടെ (1571- 1630) പേരിൽ അറിയപ്പെടുന്ന ത്രികോണമാണ് കെപ്ലർ ത്രികോണം. കെപ്ലർ ത്രികോണം (Kepler Triangle) ഒരു മട്ട ത്രികോണമാണ്(Right-angled triangle) ഇതുകൂടാതെ കെപ്ലർ ത്രികോണത്തിന് മറ്റു ചില പ്രത്യേകതകൾ കൂടിയുണ്ട്. അതു എന്തെല്ലാമാണെന്നും പരിശോധിക്കാം.

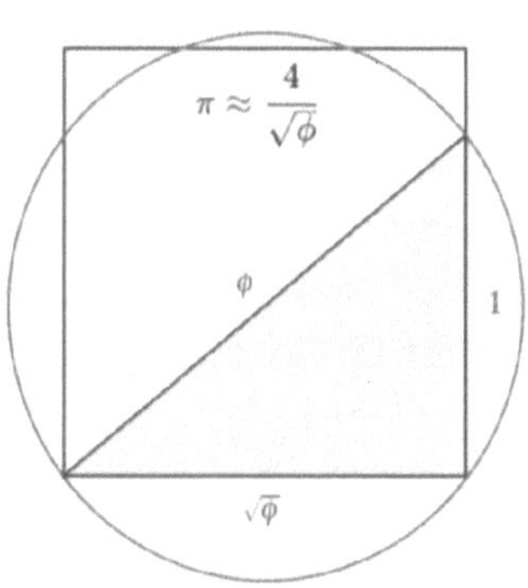

Fig: Kepler triangle inside circle

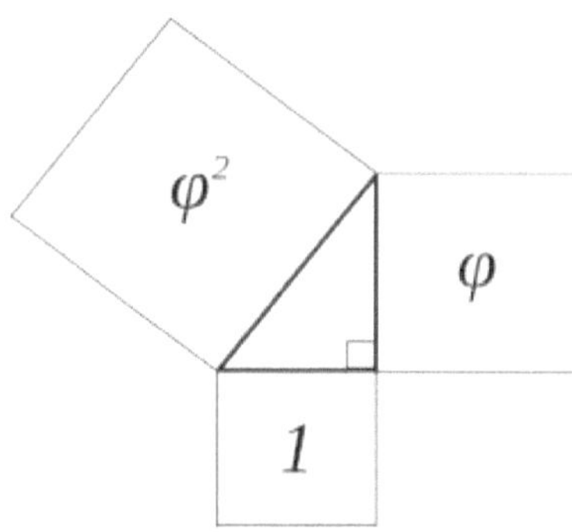

Fig:കെപ്ലർ ത്രികോണം
(with related square)

1) കെപ്ലർ ത്രികോണത്തിന്റെ വശങ്ങൾ ജോമിതീയ ശ്രേണി (Geometric progression) യിൽ ആയിരിക്കും.

2) പ്രോഗ്രഷന്റെ റേഷ്യോ അടിസ്ഥാനം √Ø ആണ്. പ്രോഗ്രഷന്റെ അനുപാതം1: 1.272 :1.618 (1 : √Ø : Ø) എന്നാണ്. സുവർണ്ണ അനുപാതത്തിന്റെ (Ø) ഏകദേശമൂല്യം 1.618 ആണ്.

3) കെപ്ലർ ത്രികോണത്തിന്റെ ചെറിയ വശവും ഹൈപോട്ടന്യൂസും ഗോൾഡൻ റേഷ്യോയിലായിരിക്കും.

(അതായത് സുവർണ്ണാനുപാതം phi (Ø) =1.618034)

4) ഇത്തരം ത്രികോണത്തിന്റെ വശങ്ങളുടെ വർഗ്ഗവും(Square) ജ്യാമതീയ പ്രോഗ്രഷനിൽ ആയിരിക്കും.

ഗണിതത്തിലെ പ്രധാനപ്പെട്ട രണ്ടു തത്വങ്ങൾ കെപ്ലർ ത്രികോണത്തിൽ സമന്വയിക്കുന്നു. പൈത്തഗോറസ് തിയറവും ഗോൾഡൻ റേഷ്യോയും. ഇത്തരത്തിലുള്ള പ്രതിഭാസങ്ങൾ കണ്ടു ഗണിതജ്ഞനായ കെപ്ലർ വളരെയധികം അത്ഭുതം പ്രകടിപ്പിച്ച എന്നാണ് പറയുന്നതു. ഈ രണ്ടു പ്രതിഭാസങ്ങളെ 'ജ്യോമിതിയിലെ രണ്ടു നിധികളായാണ് 'അദ്ദേഹം കണ്ടത്.ആദ്യപ്രതിഭാസത്തെ സ്വർണ്ണത്തിലുള്ള ഭാരമായും രണ്ടാമത്തെ പ്രതിഭാസത്തെ വിലപ്പെട്ട ആഭരണമായും താരതമ്യപ്പെടുത്തുകയാണ് ചെയ്തത്''.

കെപ്ലർ ത്രികൊണത്തിന്റെ വശങ്ങൾ 1 : √Ø : Ø എന്ന അനുപാതത്തിലായിരിക്കും.

പൈത്തഗോറസ് നിയമ പ്രകാരം ദ്വിമാന (Quadratic) സമവാക്യം ലഭിക്കുന്നു. ഇവിടെ Ø യുടെ മൂല്യം $(1+\sqrt{5})/2 = 1.618033987$ ആണ്. ഇതിനെയാണ് സുവർണ്ണ അനുപാതം എന്നു പറയുന്നത്.

π, e, √2, √3 എന്നിവയെപ്പോലെ സ്ഥ യും അഭിന്നക സംഖ്യയാണ്. (Irrational number)

കെപ്ലർ ത്രികോണത്തിന്റെ വശങ്ങൾ സമചതുരങ്ങളുടെ വശങ്ങളായി രൂപീകരിച്ചാൽ ഉണ്ടാകുന്ന സമചതുരങ്ങളുടെ വിസ്തീർണ്ണവും ജ്യോമിതീയ അനുപാതത്തിലായിരിക്കും. (കെപ്ലർ ത്രികൊണത്തിന്റെ വശങ്ങളുടെ വർഗ്ഗവും(Square) ജ്യോമതീയ പ്രോഗ്രഷനിൽ ആയിരിക്കും)

കെപ്ലർ ത്രികോണം (വശങ്ങൾ 1, √Ø, Ø) വൃത്തത്തിനും സമചതുരത്തിലും (ഇതോടനുബന്ധിച്ചുള്ള ചിത്രത്തിലേതു പോലെ) ഇൻസ്ക്രൈബ് ചെയ്യുകയാണെങ്കിൽ

സമചതുരത്തിന്റെ ചുറ്റളവ് = $4\sqrt{\emptyset}$,വൃത്തത്തിന്റെ ചുറ്റളവ് = $\pi\emptyset$

സമചതുരത്തിന്റെ ചുറ്റളവും വൃത്തതിന്റെ ചുറ്റളവും ഏകദേശം ഒന്നു തന്നെയാകുമ്പോൾ

π = app. $4\sqrt{\emptyset}$

യഥാർത്ഥവും പോസിറ്റീവും ആയ സംഖ്യകളായ a, b എന്നിവയുടെ ഗണിതശരാശരി, ജ്യോമിതീയ മദ്ധ്യം, ഏകോപിച്ച മദ്ധ്യം (Harmonic mean) എന്നിവ മട്ടത്രികോണത്തിന്റെ വശങ്ങളാണെങ്കിൽ ആ ത്രികോണം കെപ്ലർ ത്രികോണമായിരിക്കും.

ഫിബോനോച്ചി സംഖ്യകളും കെപ്ലർ ത്രികോണവും

അടുത്തു അടുത്തു നിൽക്കുന്ന മൂന്നു ഫിബാനോച്ചി സംഖ്യകൾ കൊണ്ട് കെപ്ലർ ത്രികോണമുണ്ടാക്കുക വയ്യ. പക്ഷെ അടുപ്പിച്ചുള്ള 4 ഫിബോനോച്ചി സംഖ്യകൾ കൊണ്ട് കെപ്ലർ ത്രികോണമുണ്ടാക്കാം. ബേസും ഹൈപോട്ടന്യൂസും രണ്ടാമത്തെയും മൂന്നാമത്തെയും സംഖ്യകളും, ഒന്നാമത്തെയും നാലാമത്തെയും സംഖ്യകൾ ഗുണിച്ചതിനു ശേഷം അതിന്റെ വർഗ്ഗമൂല്യം (Sq. root) മൂന്നാമത്തെ വശമായും കെപ്ലർ ത്രികോണം നിർമ്മിക്കാം.

പണ്ട് കാലം തൊട്ടു തന്നെ കെപ്ലർ ത്രികോണത്തിന് സമാനമായ നിർമ്മാണങ്ങൾ ഈജിപ്ഷ്യൻ പിരമിഡുകളിൽ കണ്ടു വരുന്നു. പക്ഷെ അന്നൊന്നും π എന്ന വൃത്തവുമായി ബന്ധപ്പെട്ട സംഖ്യയെക്കുറിച്ചോ സുവർണ്ണ അനുപാതമായാ $\emptyset$ എന്ന സംഖ്യയെ പറ്റിയോ, അവ തമ്മിലുള്ള ബന്ധത്തെപ്പറ്റിയോ വിവരമില്ലായിരുന്നു എന്നു വേണം കരുതാൻ.

പാസ്ക്കൽ ത്രികോണവും പാസ്ക്കലും

പാസ്ക്കൽ ത്രികോണത്തിൽ അതിന്റെ ഘടകങ്ങൾ (Elements) തമ്മിൽ രസകരമായ ബന്ധങ്ങളാണ് ഉള്ളത് എന്നത് ഒരു വസ്തുതയാണ്.പാസ്ക്കൽ ത്രികോണത്തിൽ ബൈനോമിയൽ ഗുണകത്തിന്റെ (Coefficient) മൂല്യങ്ങളാണ് ഉണ്ടാവുക. ഇത്തരത്തിലുള്ള ത്രികോണം 17 ആം നൂറ്റാണ്ടിന് മുൻപ് തന്നെ അറിയപ്പെട്ടിരുന്നെങ്കിലും 17-ആം നൂറ്റാണ്ടിൽ ജീവിച്ചിരുന്ന പ്രസിദ്ധ ഗണിതജ്ഞനും ഭൗതികജ്ഞനും ആയ പാസ്കലിന്റെ (Blaise Pascal) പേരിലാണ് നാമകരണം ചെയ്യപ്പെട്ടത്.

പാസ്ക്കൽ ത്രികോണത്തിന്റെ ഏറ്റവും മുകളിലെ നിര (Row)

Fig: പാസ്ക്കൽ

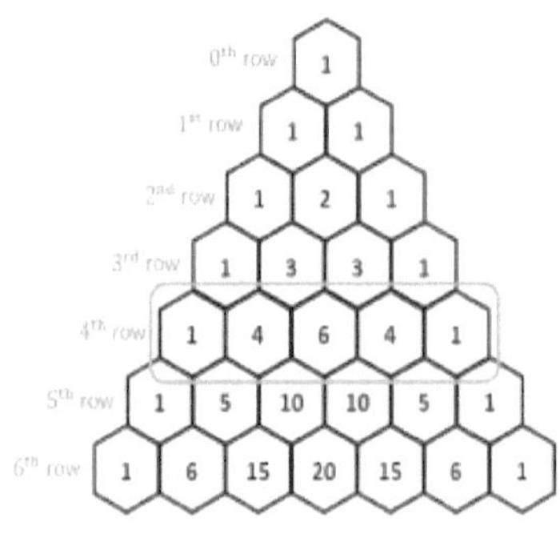

Fig: പാസ്ക്കൽ ത്രികോണം

n=0 ആണെന്ന വിചാരിക്കുക. (അതായത് 0th നിര). 0th നിരയിൽ പൂജ്യമല്ലാത്തതായി 1 മാത്രമേയുള്ളൂ. തൊട്ട് താഴെയുള്ള നിരയിലെ ഓരോ ഘടകവും തൊട്ട് മുകളിലെ നിരയിൽ ഇടതുഭാഗത്തും വലതു ഭാഗത്തും ഉള്ള ഘടകങ്ങൾ കൂട്ടിയിട്ട ലഭിക്കുന്നതാണ്. അങ്ങനെ വരുമ്പോൾ രണ്ടാമത്തെ നിരയിലെ രണ്ടു ഘടകവും 1 തന്നെയാവും. തൊട്ട് താഴെയുള്ള മൂന്നാമത്തെ നിരയിൽ മൂന്ന ഘടകങ്ങൾ ആണ് ഉള്ളത്. നടുവിലെ ഘടകം തൊട്ട് മുകളിലത്ത നിര്യിലെ ഇടതും വലതും ഉള്ള ഘടകങ്ങൾ കൂട്ടിയിട്ടാണ് ലഭിക്കുന്നത്. മൂന്നാമത്തെ നിരയിൽ ഇടതു വശത്തെ ഘടകത്തിനു മുകളിൽ വലതു വശത്തു മാത്രമേ 1 ഉള്ളൂ. അതുകൊണ്ട് മൂന്നാമത്തെ നിരയിൽ ഇടതു വശത്തെ ഘടകം 1 ആകും. ഇതേ പോലെ വലതു വശത്തെ ഘടകവും 1 തന്നെയാകും. ഇപ്രകാരം താഴെയുള്ള നിരകൾ ക്രമത്തിൽ രൂപപ്പെടുത്താൻ സാധിക്കും.

പാസ്ക്കൽ ത്രികോണത്തെ കൂടിയ അളവ് (Dimension)രീതികൾ വെച്ച് സാമാന്യവൽക്കരിക്കാൻ സാധിക്കും. ത്രിമാന അളവാണെങ്കിൽ അതിനെ പാസ്കൾ പിരമിഡ് എന്നും, ചതുർമാന അളവ് രീതിയാണെ ങ്കിൽ അതിനെ പാസ്ക്കൽ ടെട്രാഹൈഡ്രോൺ (Tetrahydron) എന്നും പറയും.

ഗണിതത്തിൽ പാസ്ക്കൽ ത്രികോണം (Pascal's triangle) എന്ന പറയുന്നത് ബൈനോമിയൽ ഗുണകത്തിന്റെ (ബിനോമിൽ coefficients) ത്രികൊണ നിര (array) കളാണ്. ഇതു സംഭവ്യതാ തത്വം (Probability theory), Combinatories, അൽജിബ്രാ എന്നി വയുമായെല്ലാം ബന്ധപ്പെട്ടു കിടക്കുന്നു.

പാസ്ക്കൽ ത്രികോണം ആദ്യമായി കണ്ടെത്തിയത് പാസ്ക്കൽ അല്ലെങ്കിലും പല കാര്യങ്ങൾക്കും അതു ഉപകാരപ്രദമായി ഉപയോഗി ക്കാമെന്ന കണ്ടെത്തിയത് പാസ്ക്കൽ തന്നെയാണ്.

പാസ്ക്കൽ ത്രികോണത്തിലെ ഏറ്റവും മുകളിലെ നിരയെ 0 th നിര എന്ന പറയുന്നു. അതിനു താഴെ ഒന്നാമത്തെ നിര,തൊട്ടു താഴെ 2 nd നിര, മൂന്നാമത്തെ നിര എന്നിങ്ങനെ. അതേപോലെ ഓരോ നിരയിലും അതേ പോലെ ഓരോ നിരയിലും ഘടകങ്ങളെ വലതു വശത്തു നിന്ന് തുടങ്ങി 0th ഘടകം, ഒന്നാമത്തെ ഘടകം, രണ്ടാമത്തെ ഘടകം, മൂന്നാ മത്തെ ഘടകം എന്നിങ്ങനെപറയുന്നു.

ബൈനോമിയൽ വികാസം (Binomial expansion) പ്രകാരം (x+y) 4 =1x 4+4x^3y+6x^2y^2+4xy^3+1y^4 എന്നാണല്ലോ. പാസ്ക്കൽ ത്രികോണ പ്രകാരം നാലാമത്തെ നിരയിലെ സംഖ്യകൾ ശ്രദ്ധിക്കു..

1,4,6,4,1 എന്നിങ്ങനെ ബൈനോമിയൽ വികാസം പ്രകാരമാണെന്ന് കാണാം.

ഇതേ പോലെ $(x+y)^2$ ശ്രദ്ധിക്കു. പാസ്ക്കൽ ത്രികോണത്തിന്റെ രണ്ടാമത്തെ നിര പരിശോധിച്ചാൽ ഇതിന്റെ ഉത്തരം $x^2+2xy+y^2$ എന്നെഴുതാം. അതുപോലെ പാസ്ക്കൽ ത്രികോണത്തിന്റ n th നിരയിലെ ഘടക സംഖ്യകൾ കൂട്ടിയാൽ 2n ആയിരിക്കും.

അതു പോലെ പാസ്ക്കൽ ത്രികോണത്തിലെ എല്ലാ നിരയിലെയും രണ്ടാമത്തെ ഘടകങ്ങൾ 1,2,3,4,5,6.... എന്നീ ക്രമത്തിലാണ്. അതുപോലെ അവസാനത്തെ ഘടകങ്ങൾക്കു മുമ്പുള്ള ഘടകങ്ങളും 1,2,3,4,5,6,7... എന്ന ക്രമത്തിലാണ്. ഇത്തരത്തിൽ പല രസകരമായ വിവരങ്ങളും പാസ്ക്കൽ ത്രികോണത്തിൽ കാണാൻ കഴിയും.

പാസ്ക്കൽ ത്രികോണത്തിന്റെ മറ്റൊരു ഉപകാരപ്രദമായ കാര്യം combinations (കോമ്പിനേഷൻസ്) കാണുക എന്നതാണ്.

അതിനുള്ള ഫോർമുല C(n, k) = n! / (k!(n-k)) എന്നാണല്ലോ.

ഉദാഹരണമായി 10 കളിക്കാരിൽ നിന്നു 8 കളിക്കാരെ തിരഞ്ഞെടുക്കാനുള്ള കോമ്പിനേഷൻ കാണാൻ പാസ്കൽ ത്രികോണത്തിൽ 10-ആമത്തെ നിരയിൽ 8-ആമത്തെ ഘടകം(Element)നോക്കിയാൽ മതി.

അങ്ങനെ നോക്കിയാൽ 45 എന്ന ഉത്തരം കിട്ടും.

ഇത്തരമൊരു ത്രികോണ സമ്പ്രദായം 2-ആം നൂറ്റാണ്ടു BC യിൽ 'പിൻഗാല 'കാലഘട്ടത്തിൽ ഉപയോഗിച്ചിരുന്നത്രെ. പേർഷ്യൻ ഗണിതജ്ഞനായ അൽ-കർജി (953-1029) ഇത്തരമൊരു ത്രികോണത്തെ ക്കുറിച്ച് എഴുതിയിട്ടുണ്ട്. ഖയ്യാൻ ത്രികോണം (Khayyan triangle) എന്നാണതിനെ പറഞ്ഞിരുന്നത്. ഇത്തരമൊരു ത്രികോണത്തെ കുറിച്ച് 11-ആം നൂറ്റാണ്ടിലെ ചൈനീസ് ഗണിതജ്ഞനായ

ജിയക്സിയാൻ (JiaXian) സൂചിപ്പിക്കുന്നുണ്ട്. Yang Hui's triangle എന്നാണ് അതിനെ പറഞ്ഞിരുന്നത്. യൂറോപ്പിൽ 16-ആം നൂറ്റാണ്ടിന് മുൻപായി ഇത്തരമൊരു ത്രികോണം ‘ടർടാഗ്ളീയത്രികോണം (Tartaglia triangle) എന്ന പേരിൽ പ്രചാരത്തിൽ നിലനിന്നിരുന്നു.പാസ്കലിന്റെ രംഗപ്രവേശത്തോടെയാണ് ഇങ്ങനെയൊരു ത്രികോണത്തിന്റെ ഉപയോഗത്തേക്കുറിച്ച് ആധുനിക കാലത്ത് കൂടുതൽ പേർ അറിയുന്നത്.

ബ്ലൈയ്സ് പാസ്ക്കൽ 1623-ൽ ജനിച്ചു. പാസ്ക്കൽ വളരെ ചെറിയ പ്രായത്തിൽ തന്നെ ഗണിതശാസ്ത്രപരമായ കഴിവുകൾ

പ്രകടമാക്കിയിരുന്നു. ജ്യോമതിയുമായി ബന്ധപ്പെട്ട കാര്യങ്ങളിലായിരുന്നു പാസ്ക്കൽ ആദ്യകാലത്തു ശ്രദ്ധ ചെലുത്തിയിരുന്നത്. പ്രസിദ്ധ ഗണിതജ്ഞനും സമകാലീനനുമായ ഫെർമ (Fermat) യുമായി നിരന്തരമായി കത്തിടപാടുകൾ നടത്തിയിരുന്നു. നൂതനമായ സങ്കല്പത്തോടെ കണക്കുകൂട്ടൽ യന്ത്രം (Calculating Machine) കണ്ടു പിടിക്കാൻ നിരന്തരമായ ശ്രമം നടത്തിയിരുന്നു. ഇത്തരം ഉപകരണങ്ങളെ Pascal Calculating Machines എന്നാണ് പറഞ്ഞിരുന്നത്. കാൽകുലേറ്റർ കണ്ടുപിടിച്ചവരിൽ ഒരാളായി പാസ്കലിനെ കണക്കാക്കുന്നു. പാസ്ക്കൽ '(PASCAL) എന്ന പേരിൽ ഒരു കമ്പ്യൂട്ടർ പ്രോഗ്രാമിംഗ് ഭാഷ ഉണ്ടെന്നു കൂടി ഓർമ്മിക്കുക.

പാസ്ക്കൽ പ്രകൃതിശാസ്ത്രങ്ങളിലും വളരെയധികം താല്പര്യം എടുത്തിരുന്നു. Hydraulics, Dynamics എന്നീ ഭൗതികശാസ്ത്രവിഭാഗങ്ങളിലും പാസ്ക്കൽ ശ്രദ്ധേയമായ കണ്ടെത്തലുകൾ നടത്തിയിട്ടുണ്ട്. പാസ്കൽ fluid കളെപ്പറ്റി (പ്രത്യേകിച്ച് ദ്രാവകവാകങ്ങളെപ്പറ്റി) യുള്ള പഠനത്തിലൂടെശ്രദ്ധേയമായ കണ്ടെത്തലുകൾ നടത്തിയിട്ടുണ്ട്. ഹൈഡ്രോലിക്സിൽ (Hydraulics) ഉള്ള പാസ്ക്കൽ നിയമം (Pascal's law) വളരെ പ്രസിദ്ധമാണല്ലോ. മർദ്ദത്തെപ്പറ്റിയും (Pressure) വാക്വത്തെപ്പറ്റിയും (Vaccum) വ്യക്തത വരുത്താൻ അദ്ദേഹത്തിന്റെ ലേഖനങ്ങൾക്ക് കഴിഞ്ഞിയിട്ടുണ്ട്. ടോറിസെല്ലി വാക്വത്തെപ്പറ്റി വ്യക്തത വരുത്താനും അദ്ദേഹത്തിന് കഴിഞ്ഞു. 'ഇത്തരത്തിലുള്ള പാസ്കലിന്റെ നിഗമനങ്ങളും കണ്ടുപിടുത്തങ്ങളും ശാസ്ത്രത്തിന്റെ മാർഗ്ഗം വ്യക്തമാക്കാനും പ്രചരിപ്പിക്കാനും സഹായിച്ചിട്ടുണ്ട്.'

ശാസ്ത്രബോധത്തിൽ ഉറച്ചു നിന്നപ്പോഴും, മതപരവും ദൈവികമായ കാര്യങ്ങളിൽ വളരെയധികം തല്പര്യനായിരുന്നു.അവസാനകാലങ്ങളിൽ അദ്ദേഹം കൂടുതലായി അന്ധവിശ്വാസങ്ങളിൽ ആകൃഷ്ടനായിരുന്നു എന്നുള്ളത് ദുഃഖമുളവാക്കുന്ന വസ്തുത തന്നെയാണ്. എന്നിരുന്നാലും ജീവിതത്തിന്റെ ഭൂരിഭാഗം സമയവും ഗണിതതിനും ശാസ്ത്രത്തിനും നിരവധി സംഭാവനകൾ നൽകിയ പാസ്കലിനെ എന്നെന്നും ഓർക്കേണ്ടത് തന്നെയാണ്. മർദ്ദവുമായി (Pressure) ബന്ധപ്പെട്ട ഒരു യൂണിറ്റിനെ 'പാസ്ക്കൽ ' എന്ന പേരിൽ അദ്ദേഹത്തിന്റെ ബഹുമാനാർത്ഥം നാമകരണം ചെയ്യപ്പെട്ടിരിക്കുന്നു.

(1kg/cm2 = 98066.5 pascals)

'ഗണിതത്തിന്റെ രാജകുമാരൻ'

യോഹാൻ കാൾ ഫ്രിഡിറിച്ച ഗൗസ്സിനെപ്പറ്റി രസകരമായ സംഭവകഥ പ്രചരിച്ചിട്ടുള്ളത് താഴെ സൂചിപ്പിക്കുന്ന പോലെയാണ്. ഗൗസ്സിന്റെ ജീവിച്ചിരുന്നത് ജർമനിയിലാണ് (AD 1777-1855)

വളരെ ചെറുപ്പകാലം തൊട്ട് തന്നെ ഗണിത ശാസ്ത്രപരമായ വളരെയധികം കഴിവുകൾ പ്രകടിപ്പിച്ചിരുന്നു. ഗൗസിനു പത്തു വയസ്സായിരുന്ന കാലത്ത് ഗൗസിനോട് ഒരു വെല്ലുവിളിയെന്നു തോന്നുന്ന വിധത്തിൽ ഒരു ചോദ്യം അദ്ധ്യാപകനിൽ നിന്നും ഉയർന്നു വന്നു.1 മുതൽ 100 വരെയുള്ള സംഖ്യകൾ കൂട്ടിപറയാമോ എന്നതായിരുന്നു ചോദ്യം. കുറച്ച നിമിഷങ്ങൾ ആലോചിച്ചതിനു ശേഷം ഇനി ഒന്നും ചെയ്യാനില്ലെന്ന മട്ടിൽ നിശബ്ദമായി ഇരിക്കുന്ന ഗൗസ്സ്. ഉത്തരത്തിനു വേണ്ടി വീണ്ടും ഗൗസിനോട് ആവശ്യപ്പെട്ടപ്പോൾ പെട്ടെന്ന് എഴുന്നേറ്റ് 5050 എന്ന ഉത്തരം പറയുന്നു.

എങ്ങിനെയാണ് മനസ്സിൽ കണക്കു കൂട്ടി ഈ ഉത്തരത്തിൽ ഗൗസ് എത്തിയത്?

അരിത്തമറ്റിക്ക് പ്രോഗ്രഷൻ (Arithematic progression) തന്നെയാണല്ലോ 1 തൊട്ട് 100 വരെയുള്ള

DISQVISITIONES

ARITHMETICAE

AVCTORE

D. CAROLO FRIDERICO GAVSS

LIPSIAE

IN COMMISSIS APVD GERH. FLEISCHER, IVN.

1801.

സംഖ്യാശ്രേണി. ഇന്നത്തെ കാലത്ത് ഇത്തരം ചോദ്യങ്ങൾ മത്സരപരീക്ഷകളിൽ പതിവാണ്. ഗൗസിന്റെ കാലത്ത് അങ്ങനെയല്ലല്ലോ.

സ്വാഭാവികമായും കൊച്ചു ഗൗസിന്റെ ബുദ്ധി ഇത്തരം കണക്കു കൂട്ടലുകളിൽ എങ്ങിനെ ഉപയോഗിച്ചിരുന്നുവെന്നു ഊഹിക്കാവുന്നതാണ്.

1,2,3,4................49,50

100,99,98............52,51

1 മുതൽ 100 വരെയുള്ള സംഖ്യകളെ രണ്ടായി വിഭജിക്കുക. ആദ്യത്തേത് 1 മുതൽ 50 വരെയുള്ള സംഖ്യകളും രണ്ടാമത്തേത് 50 മുതൽ 100 വരെയുള്ള സംഖ്യകളും. ഒന്നാമത്തെ നിരയിലെ 1ഉം രണ്ടാമത്തെ നിരയിലെ അവസാനത്തെ സംഖ്യയായ 100 മായി കൂട്ടുന്നു. ഉത്തരം 101 കിട്ടുന്നു. അതിനുശേഷം ഒന്നാമത്തെ നിരയിലെ രണ്ടാമത്തെ സംഖ്യയായ 2 ഉം രണ്ടാമത്തെ നിരയിലെ അവസാനത്തെ സംഖ്യക്കു മുൻപുള്ളതാ 99 ഉം ആയി കൂട്ടുന്നു. ഉത്തരം 101. രണ്ടു നിരയിലും നമ്പറുകൾ തീരുന്നത് വരെ പ്രക്രിയ തുടരുക. ഇത്തരത്തിൽ 50 തവണ

കൂട്ടൽ പ്രക്രിയ നടത്തിയെന്ന് കാണാം. എല്ലാ തവണയും ഉത്തരം 101. അതു കൊണ്ട് 50 തവണ കൂട്ടിയതിനു ശേഷമുള്ള ഫലം 50 × 101 = 5050

10 വയസ്സുള്ള കൊച്ചു ഗൗസ് വളർന്നു വന്നപ്പോഴാണല്ലോ സംഖ്യാ സിദ്ധാന്തത്തിന് (Number theory) ആധാരമായ പല സിദ്ധാന്തങ്ങളുടെയും ഉപജ്ഞാതാവായത്.

സംഖ്യാ സിദ്ധാന്തത്തിലെ Fundamental theorem of arithematic അഥവാ unique factorisation theorem തന്നെ ശ്രദ്ധിക്കാം.

ഗൗസ് തെളിയിച്ച ഈ സിദ്ധാന്തപ്രകാരം ഏതൊരു സംഖ്യയും അഭാജ്യ സംഖ്യകളുടെ (prime numbers) ഗുണഫലമോ അഭാജ്യ സംഖ്യ തന്നെയോ ആയി കണക്കാക്കാൻ പറ്റും. Quadratic Reciprocity തെളിയിക്കുന്നതിനു വേണ്ടി ഈ നിയമം ഉപയോഗിക്കുന്നുണ്ട്.

ഉദാഹരണങ്ങൾ

$1200 = (2^4) \times 3 \times (5^2)$

$49 = (7 \times 7)$

$18 = 2 \times 3^2$

ഈ തിയറം കാരണം തന്നെയാണ് 1 എന്ന സംഖ്യ ഒരു അഭാജ്യ സംഖ്യയായി (Prime number) കണക്കാക്കാത്തത്.

മുൻ പറഞ്ഞ പോലെ ഗൗസ്സുമായി ബന്ധപ്പെട്ട് ഗണിതത്തിലും നിരവധി സിദ്ധാന്തങ്ങൾ ഉണ്ട്. അത് കൊണ്ട് തന്നെയാവും ഗൗസ്സ് 'ഗണിതത്തിലെ രാജകുമാരൻ എന്നറിയപ്പെടുന്നത്.

ഗണിതത്തിലെ രാജകുമാരൻ

'ഗണിതത്തിലെ രാജകുമാരൻ'എന്നറിയപ്പെടുന്ന ഗൗസ്സ് 1977-ൽ ജർമനിയിൽ ജനിച്ചു. ഗൗസ്സിനെ 'ഫാദർ ഓഫ് അരിത്തമറ്റിക് പ്രോഗ്രഷൻ ' എന്നും പറയുന്നുണ്ടെന്നത് ശ്രദ്ധേയമാണ്. ഗൗസിന്റെ അച്ഛനമ്മമാർ നിരക്ഷരരായ കർഷകരായിരുന്നു. വളരെ ചെറുപ്പകാലം തൊട്ട് തന്നെ ഗണിതശാസ്ത്രപരമായ പ്രത്യേക താൽപ്പര്യം ഉടലെടുത്തിരുന്നു. അതു കൊണ്ടു തന്നെ ഗണിതത്തിലും ഭൗതികത്തിലും ഗൗസിന്റെ സംഭാവനകൾ നിരവധിയാണ്.

ഗൗസ്സ് സംഖ്യാശാസ്ത്രം, അങ്കഗണിതം, ബീജഗണിതം, ഭൗതികം, ഇലക്ട്രോ സ്റ്റാറ്റിക്സ്, ഇലക്ട്രോ മാഗ്നറ്റിസം, ജ്യോതിശാസ്ത്രം, പ്രകാശം,

എന്നീ വിഷയങ്ങളെക്കുറിച്ചെല്ലാം നിരവധി ലേഖനങ്ങൾ എഴുതിയിട്ടുണ്ട്. ഗൗസ്സിന് ഏറ്റവും കൂടുതൽ താല്പര്യം 'സംഖ്യാ സിദ്ധാന്ത'ത്തിലായിരുന്നു. അതുകൊണ്ട്തന്നെ സംഖ്യാസിദ്ധാന്തത്തെ 'ഗണിതത്തിന്റെ രാജ്ഞി' (Queen of mathematics) എന്നാണ് അദ്ദേഹം വിളിച്ചത്

പൈഥഗോറസ് ത്രയങ്ങൾ (Pythagorus triple)

B. C 2000 കാലഘട്ടത്തിൽ പണിതു കൊണ്ടിരുന്ന ചുമരോ നിലത്തു കുത്തിനാട്ടിയ കോലോ, ചരിയാതെ കുത്തനെയാണോ, നിൽക്കുന്നത് എന്ന് അറിയേണ്ട ആവശ്യമുണ്ടായിരിന്നിരിക്കുമല്ലോ. അതു എങ്ങിനെ പരിശോധിച്ചു എന്നറിയേണ്ടതുണ്ടല്ലോ. ചുമരിൽ നിന്ന് മൂന്നു ചുവട് മാറി നിലത്തു ഒരു അടയാളമിടുക. ഇതേ കണക്കിന് ചുവരിനുമുകളിൽ നാലു ചുവടു മാറി മറ്റൊരു അടയാളമിടുക. നിലത്തും ചുമരിലുമുള്ള അടയാളങ്ങൾ തമ്മിൽ ദൂരം 5 ചുവടാണെങ്കിൽ ചുമര് കുത്തനെ തന്നെ ആയിരിക്കുമല്ലോ. 3,4,5 എന്നീ എണ്ണൽ സംഖ്യകൾ തമ്മിലുള്ള ബന്ധം ശ്രദ്ധിക്കു.

$3^2 + 4^2 = 5^2$

മട്ടത്രികോണത്തിന്റെ ഹൈപോട്ടനസ് (Hypotenus) ആണല്ലോ ഇവിടെ 5 എന്നത്.അതുകൊണ്ടു തന്നെ ചുമര് നേരെ ലംബമാണല്ലോ.

പുരാതന ബാബിലോണിയൻ കാലഘട്ടത്തിലെ ഒരു കളിമൺ പലകയിൽ ഇത്തരം 15 സംഖ്യാത്രയങ്ങൾ രേഖപ്പെടുത്തിയത് കണ്ടെടുത്തിട്ടുണ്ടത്രെ.

പൈഥഗോറിയൻ ത്രയങ്ങളിൽ ഉൾപ്പെട്ടിരിക്കുന്ന സംഖ്യകൾ a, b, c എന്നിങ്ങനെയാണെങ്കിൽ അവ തമ്മിലുള്ള ബന്ധം $a^2 + b^2 = c^2$ എന്നായിരിക്കും മുകളിൽ ചൂണ്ടിക്കാണിച്ചതു പോലെ (3,4,5) എന്നത് പ്രസിദ്ധമായ ഒരു പൈഥഗോറിയൻ ത്രയമാണല്ലോ.

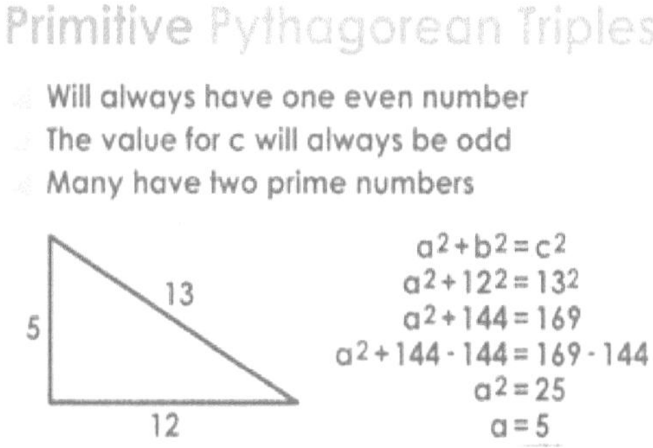

പൂർണ്ണ സംഖ്യകൾ മാത്രമേ പൈഥഗോറിയൻ ത്രയത്തിൽ ഉൾപ്പെടുന്നുള്ളൂ.

ഉദാഹരണമായി $a = b = 1$, $c = \sqrt{2}$ എന്നത് മട്ട ത്രികോണത്തിന്റെ വശങ്ങളാണെങ്കിലും (1,1,v2)എന്നത് പൈഥഗോറിയൻ ത്രയമല്ല. കാരണം $\sqrt{2}$ എന്നത് പൂർണ്ണ സംഖ്യ അല്ല എന്നത് തന്നെ.

പൈഥഗോറിയൻ ത്രയം (a, b, c) എന്നത് $a<b<c$ എന്ന നിലയിലാണെങ്കിൽ $(c-a)(c-b)/2$ എന്നത് പൂർണ്ണ വർഗ്ഗം (Square) ആണെന്നു കാണാവുന്നതാണ് ഇതു പോലെ തന്നെ പൈഥഗോറിയൻ ത്രയങ്ങളുമായി ബന്ധപ്പെട്ട് സംഖ്യകളുടെ പ്രത്യേക സ്വഭാവവിശേഷങ്ങൾ നിരവധിയുണ്ട്.

യൂക്ലിഡ് അദ്ദേഹത്തിന്റെ 'Elements' എന്ന പുസ്തകത്തിൽ പൈഥഗോറസ് ത്രയങ്ങൾ, ജ്യോമിതീയ മാർഗ്ഗം ഉപയോഗിച്ച് കണ്ടുപിടിക്കാനുള്ള മാർഗ്ഗം വിവരിക്കുന്നുണ്ട്.

രണ്ടു എണ്ണൽ സംഖ്യകൾ എടുത്തു വലുതിനെ m എന്നും ചെറുതിനെ n എന്നും സൂചിപ്പിക്കാം. അതിൽ നിന്നും താഴെ പറയുന്ന രീതിയിൽ a, b, c എന്നീ സംഖ്യകൾ കണക്കാക്കുകയുയും ചെയ്യാം.

$a = m^2 - n^2$

$b = 2mn$

$c = m^2 - n^2$

Then $a^2 + b^2 = c^2 (ka)^2 + (kb)^2 = (kc)^2$

(a, b, c) ഒരു പൈഥഗോറസ് ത്രയമാണെങ്കിൽ, k ക്കു ഏതു മൂല്യമാണെങ്കിലും (ka, kb, kc) എന്നിവയും പൈഥഗോറസ് ത്രയമായിരിക്കും

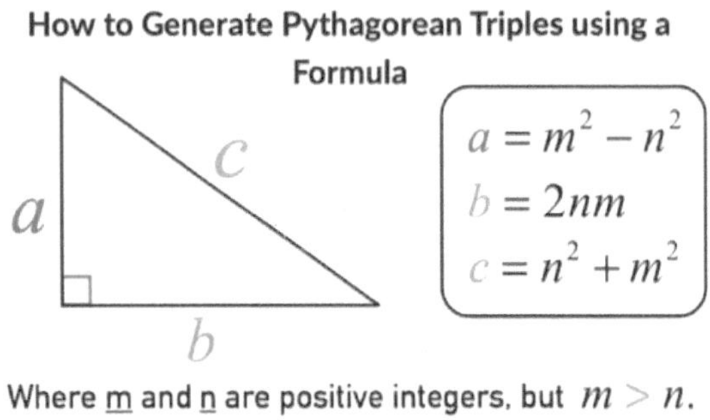

ലെനോർഡോ ഓഫ് പിസാ (ഫിബോനോച്ചി) ഒറ്റ സംഖ്യകളുടെ ശ്രേണി ഉപയോഗിച്ച് പൈഥഗോറിയൻ ത്രയങ്ങൾ കണ്ടെത്താനുള്ള പുരാതനമായ മാർഗ്ഗം ആവിഷ്കരിച്ചിരുന്നു.താഴെ കൊടുത്തിരിക്കുന്ന ഒറ്റ സംഖ്യകളുടെ ശ്രേണി ശ്രദ്ധിക്കുക.

1,3,5,7,9,11.....

ഇതു പ്രകാരം ആദ്യ n സംഖ്യകൾ കൂട്ടുമ്പോൾ n^2 കിട്ടും. ഈ ശ്രേണിയിലെ n th സംഖ്യ k ആണെന്നു വിചാരിക്കുക. അങ്ങനെയാണെങ്കിൽ

$n = (k+1)/2$

K എന്നത് ശ്രേണിയിലെ ഒരു ഒറ്റ നമ്പറിന്റെ വർഗ്ഗമായി (square) ആയി തിരഞ്ഞെടുക്കുക. എങ്കിൽ $k = a^2$ എന്നത് nth സംഖ്യയാണ്. b^2 എന്നുള്ളത് മുമ്പുള്ള n-1 സംഖ്യകൾ കൂട്ടിയ ഫലവുമാണ്. c^2 എന്നത് n terms കൂട്ടിയ ഫലമാണ്. ഇതിൽ നിന്നും (a, b, c) എന്നത് പൈഥഗോറിയൻ ത്രയമാണെന്ന് കാണാം.

ഉദാഹരണമായി ശ്രേണിയിൽ നിന്ന് 9 തിരഞ്ഞെടുക്കുക.

$K=9=3^2=a^2$

$n = (k+1)/2 = (a^2 +1)/2$

$=(9+1)/2 = 5$

5 ആമത്തെ സംഖ്യ

$k = 9$

$b^2 = (n-1)^2 = 4^2 = 16$

മുമ്പുള്ള നാലു സംഖ്യകൾ കൂട്ടിയാൽ 16 കിട്ടും. അഞ്ചാമത്തെ സംഖ്യ 9

അതുകൊണ്ട് അഞ്ചു സംഖ്യകൾ കൂട്ടിയാൽ 25 കിട്ടും

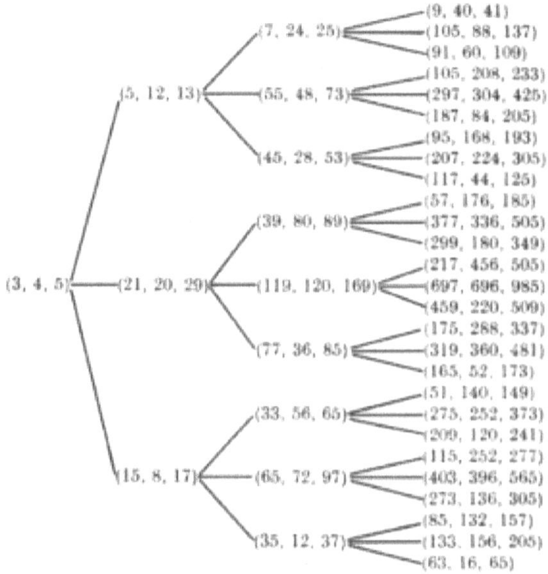

Fig: പൈഥഗോറസ് ത്രയങ്ങൾ

$a^2 = 9$: $b^2 = 16$:

$c^2 = 25$

$a^2 + b^2 = c^2$

$9 + 16 = 25$

$(a, b, c) = (3,4,5)$

(3,4,5) പൈഥഗോറസ് ത്രയത്തിൽ പെടുമെന്ന കാണാം

ഇത്തരത്തിൽ പൈഥഗോറസ് ത്രയങ്ങൾ കണ്ടുപിടിക്കാൻ വിവിധങ്ങളായ മാർഗ്ഗങ്ങളുണ്ട്.

'സംഖ്യാ സിദ്ധാന്തം (Number Theory)'

സംഖ്യാ സിദ്ധാന്തം എന്നത് പൂർണ്ണ സംഖ്യകളുടെയും പൂർണ്ണ സംഖ്യയിലെത്തുന്ന ഫങ്ക്ഷനുകളുടെയും (Function) പഠനം ഉൾക്കൊള്ളുന്നു. ശുദ്ധഗണിതതിന്റെ ശാഖയായി ആണ് സംഖ്യാ സിദ്ധാന്തത്തെ കണക്കാക്കുന്നത്. സുപ്രസിദ്ധ ഗണിതജ്ഞനും ഭൗതിക ശാസ്ത്രജ്ഞനുമായ ഫ്രൈഡ്രിച്ച് ഫ്രീഡ്റക്ക് ഗൗസ്സ് (1977-1855) ഇങ്ങനെയാണ് വിശേഷിപ്പിച്ചത്.

'ഗണിത ശാസ്ത്രം, ശാസ്ത്രങ്ങളുടെ (Sciences) രാജ്ഞിയാണ്.- സംഖ്യാ സിദ്ധാന്തം (Number Theory) ആകട്ടെ, ഗണിത ശാസ്ത്രത്തിന്റെ രാജ്ഞിയാണ്.'

ഇന്ന് ഗണിതജ്ഞരും താത്വികരും അഭാജ്യസംഖ്യകൾ (Prime numbers), സംഖ്യകളടിസ്ഥാനമാക്കിയ വസ്തുക്കൾ, അപരിമേയ സംഖ്യകൾ (Irrational numbers), ബീജഗണിത സംഖ്യകൾ (Algebriac numbers) എന്നിവയെക്കുറിച്ച് ഗഹനമായി പഠിക്കുന്നു. പൂർണ്ണ സംഖ്യകളെ സ്വതന്ത്രമായോ ബന്ധപ്പെട്ട സമവാക്യങ്ങളുടെ സൊല്യൂഷൻ ആയോ കണക്കാക്കാം.

സുപ്രസിദ്ധ ഗണിതജ്ഞനായ റെയ്മാനുമായി(Riemann 1826-1866) ബന്ധപ്പെട്ട Zeta Function പോലുള്ള സമവാക്യങ്ങൾ ഗണിതവിശ കലനത്തിനായി വ്യാപകമായി ഉപയോഗിക്കുന്നു.

സംഖ്യാ സിദ്ധാന്തത്തെ അങ്കഗണിതം(Arithematic)എന്നു തന്നെയാണ് മുൻപെല്ലാം പറഞ്ഞിരുന്നത്.

ഇരുപതാം നൂറ്റാണ്ടിന്റെ തുടക്കത്തോടെ സംഖ്യാസിദ്ധാന്തം (Number Theory) എന്ന പേരും കൂടുതലായി ഉപയോഗിച്ച് തുടങ്ങി. അങ്കഗണിതം (Arithmetics)എന്നത് കൂടുതലായും കണക്കു കൂട്ടൽ മാത്രയി മാറി. എന്നിരുന്നാലും ഗണിത ലോജിക്കുമായി (Mathematical logic) ബന്ധപ്പെട്ട പിയാനോ അരിതമറ്റിക് (Peano Arithematic), ഫ്ളോറ്റിംഗ് പോയിന്റ് അരിതമറ്റിക്(Floating point arithematic) എന്ന പദപ്രയോഗങ്ങൾ ഉണ്ടെന്നുള്ളതും വാസ്തവം തന്നെ. അങ്കഗണിതപരം (Arithmetical) എന്ന പ്രയോഗം സംഖ്യാ സിദ്ധാന്തമായി ബന്ധപ്പെട്ട ഇപ്പോഴും ഉപയോഗിക്കുന്നുണ്ട്. സംഖ്യാ സിദ്ധാന്തത്തെ, ഉയർന്ന അങ്കഗണിതം (Higher Arithmetics) എന്നും പറയുന്നുണ്ട്.

ചരിത്രപരമായി അങ്കഗണിതത്തിൽ സംഖ്യകളുടെ കണക്കുകൂട്ടലിനെപ്പറ്റി ആദ്യവിവരങ്ങൾ ലഭിക്കുന്നത് 1800 BCE യിൽ മെസോപ്പൊട്ടമിയയിൽ Plumton 322 എന്ന മുറിഞ്ഞ ശിലകളിൽ നിന്നാണ്. പൈഥഗോറിയൻ ത്രയങ്ങളെക്കുറിച്ച് പിന്നീട് കൂടുതൽ വിവരങ്ങൾ ലഭ്യമായി. ബാബിലോണിയൻ സംഖ്യാ സമ്പ്രദായവും ബാബിലോണിയൻ ഗണിതശാസ്ത്രവും പിന്നീട് വളർന്നു വന്നു

ബാബിലോണിയൻ ബീജഗണിതത്തിലും (Algebra) വളരെയധികം വളരുകച്ചയുണ്ടായി.

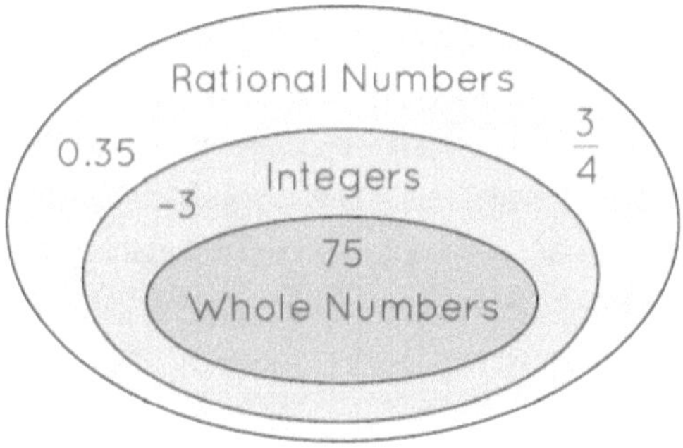

പൈഥഗോറസ് ബാബിലോണിയക്കാരിൽ നിന്നാണ് ഗണിതശാസ്ത്രം പഠിച്ചത് എന്നാണ് കരുതുന്നത്. പൂർണ്ണസംഖ്യയിൽ മാത്രം വിശ്വസിക്കുകയും ആരാധിക്കുകയും ചെയ്തിരുന്ന പൈഥഗോറിയൻമാർക്ക് അവർ തന്നെ കണ്ടു പിടിച്ച $\sqrt{2}$ വലിയ പ്രശ്നമാണ് ഉണ്ടാക്കിയത്. $\sqrt{2}$ എന്നത് അഭാജ്യസംഖ്യയാണ് (Irrational number) എന്നത് അവർക്കു വലിയ തലവേദനയാണ് സൃഷ്ടിച്ചത്.

ഇക്കാലങ്ങളിൽ ഈജിപ്തിലും വേദിക് കാലഘട്ട ഇന്ത്യയിലും, ഗണിതത്തിൽ വളരെയധികം വളർച്ചയുണ്ടായിട്ടുണ്ട് എന്നതും വാസ്തവം തന്നെ. പക്ഷെ അക്കാലത്തെ അങ്കഗണിതത്തെപ്പറ്റിയോ (Arithmetics) ബീജഗണിതത്തെപ്പറ്റിയോ കൂടുതലായ വിവരങ്ങളൊന്നുമില്ല എന്നതും വാസ്തവമാണ്. ' ചൈനീസ് റിമയിൻഡർ തിയറം ' (Chinese Remainder Theorm) വളരെ പ്രസിദ്ധമാണെങ്കിലും ചൈനീസ് ഗണിതത്തിൽ ധാരാളം Mysticism ഉൾപ്പെട്ടിരുന്നു എന്നുള്ളത് ഒരു പോരായ്മയാണ്.

പ്രാചീന ഗ്രീസിലും റോമിലും അതിപ്രശസ്തരായ തത്വചിന്തകരും ഗണിതജ്ഞരും ഉണ്ടായിരുന്നു.

ക്ലാസിക്കൽ കാലഘട്ടത്തിലെ ഗണിതശാസ്ത്രത്തെക്കുറിച്ച് അറിയുന്നത് അക്കാലത്തെ തത്വചിന്തകരിൽ നിന്നോ യവന സംസ്ക്കാര കാലഘട്ടത്തിലെ ഗണിതശാസ്ത്ര പ്രവൃത്തികളിൽ നിന്നോ ആണ്. സംഖ്യാ സിദ്ധാന്തത്തെക്കുറിച്ചാണെങ്കിൽ പ്ലാറ്റോയിൽ നിന്നും യൂക്ലിഡിൽ നിന്നും വളരെയധികം വിവരങ്ങൾ അറിയാൻ കഴിഞ്ഞിട്ടുണ്ട്.

ഡയോഫാൻടാസ്

A.D രണ്ടാം നൂറ്റാണ്ടായപ്പോഴേക്കും ഗ്രീക്ക് ഗണിതതിന്റെ അസ്തമയാമായിരുന്നു. ആ അസ്തമയ സൂര്യന്റെ തേജസ്സിൽ തെളിഞ്ഞു നിന്ന പ്രകാശമായിരുന്നു ഡയഫാൻടാസ് (AD 210-284).

ഡയഫാൻടാസിന്റെ ഗ്രീക്ക് ഭാഷയിലുള്ള 'Arithmetica' എന്ന പുസ്തകത്തിൽ പല ഗണിതപ്രശ്നങ്ങൾക്കും ഉദാഹരണ സഹിതം പരിഹാരം നിർദ്ദേശിക്കുന്നുണ്ട്. പോളിനോമിയൽ(Polynomial) സമവാക്യങ്ങൾക്ക് ഉത്തരം കാണാൻ ശ്രമിച്ചിട്ടുണ്ട്. ഇന്ന് പലപ്പോഴും ഡയഫാൻടാസ് സമവാക്യങ്ങൾ എന്നു പറയാറുണ്ടല്ലോ.

യുക്തിരഹിതമല്ലാത്ത വക്രഭാഗങ്ങളുടെ (Arc) പഠനത്തിനും അതിനോടാനുബന്ധിച്ചുള്ള നിഗമനത്തിൽ എത്തുന്നതിനും അദ്ദേഹത്തിനു കഴിഞ്ഞു.

DIOPHANTI
ALEXANDRINI
ARITHMETICORVM
LIBRI SEX.
ET DE NVMERIS MVLTANGVLIS
LIBER VNVS.
Nunc primum Græcè & Latinè editi, atque absolutissimis Commentariis illustrati.
AVCTORE CLAVDIO GASPARE BACHETO MEZIRIACO SEBVSIANO V.C.
LVTETIAE PARISIORVM,
Sumptibus SEBASTIANI CRAMOISY, via Iacobæa, sub Ciconiis.
M. DC. XXI.
CVM PRIVILEGIO REGIS.

സംഖ്യാ സിദ്ധാന്തവും ഭാരതീയ ഗണിതവും

ആര്യഭട്ട, ബ്രഹ്മഗുപ്ത, ഭാസ്ക്കര

ഗ്രീക്ക് ജ്യോതിശാസ്ത്രം, ഇന്ത്യൻ പഠന പ്രക്രിയയെയും ഗണിതത്തെയും പ്രത്യേകിച്ച് ത്രികോണമിതിയെ വളരെയധികം സ്വാധീനിച്ചിട്ടുണ്ട്. ഇത്തരത്തിലുള്ള ചുരുക്കം സ്വാധീനം ഒഴിച്ച് നിർത്തിയാൽ ഇന്ത്യൻ ഗണിതശാസ്ത്രം സ്വതന്ത്രമായിത്തന്നെയാണ് വളർന്നു വന്നത്. യൂക്ലിഡിന്റെ 'Elements' പോലുള്ള കൃതികൾ 18 ആം നൂറ്റാണ്ടിന് മുൻപായി എന്തെങ്കിലും സ്വാധീനം, ഇന്ത്യൻ ഗണിതത്തിൽ ചെലുത്തിയതിനായി ഒരു തെളിവുമില്ല

499 AD കാലഘട്ടത്തിൽ ആര്യാഭട്ട ഗണിതത്തിനു പല സംഭാവനകളും നൽകിയിട്ടുണ്ട്. വർഗ്ഗമൂല്യം (Sq.root), Cube root, അരിത്തമാറ്റിക് പ്രോഗ്രഷൻ, സമവാക്യങ്ങൾ സോൾവ് ചെയ്യാനുള്ള മാർഗ്ഗങ്ങൾ എന്നിവയിൽ നിരവധി സംഭാവനകൾ നൽകി. അനന്ത ശ്രേണികൾ

ഉപയോഗിച്ചുള്ള താഴെ കാണുന്ന ഫോർമുല അതിനു ഒരു ഉദാഹരണമാണ്.

$1^2+2^2+3^2+4^2+5^2+\text{----} = n(n+1)(2n+1)/6$

ബ്രഹ്മഗുപ്ത, ശ്രീപതി, ഭാസ്കര തുടങ്ങിയവർ Pell'സ് സമവാക്യങ്ങൾക്ക് സൊല്യൂഷൻസ് കാണാൻ ശ്രമിച്ചിട്ടുണ്ട്.

$Nx^2+1 = y^2$ എന്നത് Pell's സമവാവാക്യമാണ്. ഇത്തരം സമവാക്യങ്ങൾ സോൾവ് ചെയ്യാൻ ഭാസ്കര 2, ചക്രവാള എന്ന അൽഗോരിതം ഉണ്ടാക്കിയിട്ടുണ്ട്.

1657 ൽ പ്രസിദ്ധനായ ഗണിതജ്ഞൻ ഫെർമ, അദ്ദേഹത്തിന്റെ സുഹൃത്ത് ബെർണഡ് ഫ്രനിക്കിളിനു ഒരു പ്രശ്നമയച്ചു കൊടുത്തു. $61x^2 + 1 =y^2$ എന്ന ഡയഫന്റ്സ് സമവാക്യത്തിനുള്ള ഉത്തരമായിരുന്നു പ്രശ്നം.അതിനുള്ള ഉത്തരം മറ്റൊരു ഗണിതജ്ഞനായ ലെയാൻ ഹാർഡ് ഓയ്ലർ ആണ് കണ്ടെത്തുന്നത്. ഓയ്ലർ അബദ്ധവശാൽ ജോൺ പെൽ എന്ന ഗണിതജ്ഞന്റെ പേര് ഈ പ്രശ്നവുമായി ബന്ധപ്പെടുത്തി പറഞ്ഞത് കൊണ്ടാണെത്രെ ഇതിനെ പെൽസ് സമവാക്യം എന്നു പറഞ്ഞു തുടങ്ങിയത്. ഇത്തരം പെൽസ് സമവാക്യങ്ങൾക്ക് 1150 കാലഘട്ടത്തിൽ തന്നെ ഭാസ്കരാ 2 ' ചക്രവാള മാർഗ്ഗം'' ഉപയോഗിച്ച് ഉത്തരം കണ്ടെത്തിയിരുന്നുവത്രെ. ഇത്തരത്തിൽ അറിയപ്പെടാതിരുന്ന ഭാരതീയ കണ്ടുപിടുത്തങ്ങളെ പ്രസിദ്ധനായ ഗണിതജ്ഞൻ 'ലഗ്രാൻഗെ'വളരെയധികം പ്രശംസിച്ചിട്ടുണ്ട്.

ബ്രഹ്മഗുപ്ത (628 CE), ക്വാഡ്രാറ്റിക് സമവാക്യത്തിലും അനിശ്ചിത ക്വാഡ്രാറ്റിക് സമവാക്യത്തിലും വളരെയധികം പഠനം നടത്തിയിട്ടുണ്ട്. Pell's സമവാക്യത്തിന് ഉത്തരം കാണാൻ ജയദേവന് കഴിഞ്ഞിട്ടുണ്ട്. ഭാസ്കരാ 2 വിന്റെ 'ബീജഗണിതം' ഇന്ത്യൻ ഗണിതശാസ്ത്രത്തിൽ എടുത്തു പറയാവുന്നതാണ്.

(Pell's സമവാക്യത്തെ പെൽ-ഫെർമ സമവാക്യം എന്നും പറയുന്നുണ്ട്.x^2-ny^2-1 പോലുള്ള ഏതു ഡയഫാടസ് സമവാക്യവും പെൽസ് സമവാക്യമാണ്. n എന്നത് പോസിറ്റീവ് ആയ വർഗ്ഗ ഇതര (Non square) സംഖ്യയാണ്.)

പിയറി ദ് ഫെർമ (1601-1665)

ഫെർമ സംഖ്യാ ശാസ്ത്രത്തേക്കുറിച്ച് എഴുതിയതൊന്നും പ്രസിദ്ധീകരിച്ചിട്ടില്ല. അദ്ദേഹം നോട്ടുബുക്കുകളുടെ മാർജിനിൽ കുറിച്ചിട്ട വിവരങ്ങളാണ് അദ്ദേഹത്തിന്റെ പേരിൽ സംഖ്യാസിദ്ധാന്തമായി അറിയപ്പെടുന്നത്. പല ഗണിതതത്വങ്ങളും ഫെർമയുടെതായി ഉണ്ടെങ്കിലും

Fig: ഫെർമ

ഫെർമയുടെ അവസാന സിദ്ധാന്തം Fermat's Last Theorem) കൊണ്ടു തന്നെയാണ് അദ്ദേഹത്തെ നൂറ്റാണ്ടുകളായി ഏറ്റവും കൂടുതൽ ഉദ്ധരിക്കപ്പെടുന്നത്.

ഔദ്യോഗികമായി വക്കീലും രാഷ്ട്രീയ പ്രവർത്തകനുമായിരുന്നു അദ്ദേഹം. ജീവിതത്തിന്റെ പകുതിയോളം പിന്നിട്ട വേളയിൽ കേവലം വിനോദത്തിന് വേണ്ടി തുടങ്ങിയതായിരുന്നു ഗണിതം. പക്ഷെ ഫെർമ സംഖ്യാ സിദ്ധാന്തത്തിൽ അത്ഭുതം സൃഷ്ടിക്കുന്ന കാഴ്ചയാണ് ചരിത്രത്തിൽ കണ്ടത്. ഫെർമയുടെ അവസാന സിദ്ധാന്തം കൂടാതെ തന്നെ മറ്റു പല തത്വങ്ങളും ഫെർമയുടെതായിട്ടുണ്ട്. ഫെർമ 30 ആം വയസ്സിൽ പ്രാദേശിക അസംബ്ലിയുടെ ഉപദേശാവായി. ഉയർന്ന പദവി എങ്ങിനെ സാധാരണക്കരുമായി ഇടപെടാൻ ഉപയോഗിക്കാമെന്നതിനു അദ്ദേഹം ഒരു മാതൃകയായി. ഒഴിവു സമയങ്ങളിൽ ധാരാളം വായിക്കുന്ന സ്വഭാവം ഫെർമക്കുണ്ടായിരുന്നു.

അങ്ങനെയാണ് ഡയഫാൻടിന്റെ 'arithematica' എന്ന പുസ്തകത്തിന്റെ തർജ്ജമ ഫെർമയുടെ കയ്യിൽ എത്തുന്നത്. ഒറ്റയിരുപ്പിൽ തന്നെ അദ്ദേഹം ആ പുസ്തകം വായിച്ചു തീർത്തുവത്രെ. അദ്ദേഹത്തിന്റെ അഭിപ്രായങ്ങളായി പുസ്തകത്തിന്റെ മാർജിനിൽ പലതും കുറിച്ചിട്ടു. അതൊന്നും ക്രോഡീകരിക്കാനോ പ്രസിദ്ധീകരിക്കാനോ അദ്ദേഹമൊട്ടു ശ്രമിച്ചതുമില്ല. ഇത്തരത്തിലുള്ള മാർജിൻ കുറിപ്പുകളാണ് ഫെർമയുടെ അവസാന തത്വമായി (Fermat's last principle) പിൽക്കാലത്തു അറിയപ്പെട്ടത്. എന്താണ് ആ സിദ്ധാന്തമെന്നു നോക്കാം.

n എന്നത് രണ്ടിനെക്കാൾ വലിയ പൂർണ്ണ സംഖ്യയും a, b, c എന്നിവ പൂജ്യത്തിനേക്കാൾ വലിയ പൂർണ്ണ സംഖ്യകളും ആണെങ്കിൽ

$a^n+b^n = c^n$ എന്ന സമവാക്യം അപരിഹാര്യമാണ്. (സമവാക്യം തെളിയിക്കാൻ പറ്റുന്നത് അല്ല) അദ്ദേഹം തുടർന്നു എഴുതി

'ഇതു തെളിയിക്കാനുള്ള സുന്ദരമായ ഉപാധി എന്റെ മനസ്സിലുണ്ട്. നിർഭാഗ്യവശാൽ അതെഴുതാനുള്ള വേണ്ടത്ര സ്ഥലം മാർജിനിൽ ഇല്ല.'

പിന്നീട് ഈ സിദ്ധാന്തം തെളിയിക്കുന്നതിനായുള്ള ശ്രമം പല ഗണിതജ്ഞരിൽ നിന്നും ഉണ്ടായി.

ആദ്യ ശ്രമങ്ങൾ പ്രസിദ്ധ ഗണിതജ്ഞനായ ഓയലറിൽ(Euler) നിന്നാണ് ഉണ്ടായത്.

അദ്ദേഹം 3 എന്ന സംഖ്യക്ക് അതു തെളിയിക്കുകയും ചെയ്തു. പിന്നീട് മറ്റു പലരും പല സംഖ്യകൾക്കും സിദ്ധാന്തം തെളിയിച്ചു. പൂർണമായി തെളിയിക്കപ്പെട്ടത് 1994 ൽ ആൻഡ്രേ വെയ്ൽസ് ആണ്.

പ്രസിദ്ധനായ റെനേ ദെക്കാർത്തക്കു മുമ്പ് തന്നെ വിശകലനജ്യോമിതി (Analytical geometry) ഫെർമ കണ്ടുപിടിച്ചിരുന്നു. കലനഗണിതത്തിലും (Calculus) ഫെർമ ചില കണ്ടുപിടുത്തങ്ങൾ നടത്തിയിട്ടുണ്ട്. ഫെർമയുടെ നിഗമനങ്ങൾ എല്ലാം തെളിയിക്കപ്പെട്ടിട്ടില്ലെങ്കിലും അദ്ദേഹത്തിന്റെ പേരിൽ പല കണ്ടുപിടുത്തങ്ങളും നിഗമനങ്ങളും ഉണ്ട്.

അവയിൽ ഒന്നാണ് ഫെർമയുടെ ലിറ്റിൽ തിയറം. (Fermat's little theorem) മറ്റൊന്നാകട്ടെ ഏതൊരു പൂർണ്ണ സംഖ്യയും നാലു വർഗ്ഗങ്ങൾ കൂടിച്ചേർന്നതാണെന്നത്. ഫെർമക്ക് തക്കതായ അംഗീകാരം കിട്ടാത്തതിൽ വിഷമമൊന്നും ഉണ്ടായിരുന്നില്ല എന്നു വേണം മനസ്സിലാക്കേണ്ടത്. ഗണിതം അദ്ദേഹത്തിന് വിനോദം മാത്രമായിരുന്നുവല്ലോ.

ഫെർമയും പാസ്കലും ചേർന്നാണ് സംഭാവ്യതാസിദ്ധാന്തത്തിന് പൂർണ്ണരൂപത്തിൽ അടിസ്ഥാനമിട്ടത് എന്നതും ശ്രദ്ധേയമാണ്.

ഫിബോനോച്ചി, പാസ്ക്കൽ, യൂക്ലിഡ്, ഗൗസ്സ്, ലാപ്ലസ്, ലെബനിറ്റിസ് എന്നിവർ ഗണിതത്തിനും സംഖ്യാസിദ്ധാന്തത്തിനും നിരവധി സംഭാവനകൾ നൽകിയവരാണ്. ഇവരെക്കുറിച്ച് മറ്റു അദ്ധ്യായങ്ങളിൽ പരാമർശിച്ചിട്ടുള്ളതിനാൽ ആവർത്തിക്കുന്നില്ല.

ജോസഫ് ലൂയി ലഗ്രാൻജ്
(Joseph Louis Lagrangel) 1936-1813

ലഗ്രാൻജ് സംഖ്യസിദ്ധാന്തത്തിന് നിരവധി സംഭാവനകൾ നൽകിയ വ്യക്തിയാണ്. ഫെർമയുടെയും ഓയലരുടെയും സിദ്ധാന്തങ്ങളും സംഭാവനകളും നിരീക്ഷണങ്ങളും ശരിയായ വിധത്തിൽ അവതരിപ്പിക്കാനും തെളിവ് നൽകാനും അദ്ദേഹത്തിനു കഴിഞ്ഞു.

ആൻഡ്രിൻ മാരീ ലജൻഡ്രേ
(Adrien Marie Legendre 1752-1833)

ലജൻഡ്രേ സംഖ്യാ സിദ്ധാന്തത്തിന് നിരവധി സംഭാവനകൾ നൽകിയിട്ടുണ്ട്. ക്വാഡ്രാറ്റിക് Reciprocity, പ്രൈം നമ്പർ തിയറം, അരിതമറ്റിക് പ്രോഗ്രഷൻ എന്നിവയിലാണ് സംഭാവനകൾ. അദ്ദേഹത്തിനു ഫെർമയുടെ അവസാന സിദ്ധാന്തം സംഖ്യ 5 നു തെളിയിക്കാനും കഴിഞ്ഞിട്ടുണ്ട്.

Notes:

Floating points

വളരെ വലിയ സംഖ്യകളും ചെറിയ decimel സംഖ്യകളും 10 ന്റെ power ആയി എഴുതുന്ന രീതിയാണിത്.

Peano അരിതേമറ്റിക്സ്

പ്രത്യേക രീതിയിലുള്ള അങ്കഗണിത ഓപ്പറേഷൻ ആണിത്. (Used for Numeric and floating point operation)

'ഹാർഡിയും രാമാനുജവും പിന്നെ സംഖ്യകളും '

ശ്രീനിവാസ രാമാനുജനെ അനന്തത്തെ മനസ്സിലാക്കിയ മനുഷ്യൻ എന്നു പലരും വിശേഷിപ്പിച്ചിട്ടുണ്ട്. അനന്തം മാത്രമല്ല, നിരവധി ഗണിതതത്വങ്ങളുടെ ഉപജ്ഞാതാവും 3900 ഗണിത തത്വങ്ങൾ സ്വയം ക്രോഡീകരിച്ച അതുല്യ പ്രതിഭാശാലിയുമാണ്.

അതു മാത്രമല്ല അന്വേഷണതല്പരിലും ഗണിതതല്പരിലും ഹാർഡി - രാമാനുജൻ സംഖ്യ സ്വഭാവികമായും താൽപ്പര്യമുണ്ടാക്കും. G. H. ഹാർഡി എന്ന അതുല്യ ഗണിതജ്ഞനാണ് രാമാനുജനിൽ അന്തർ ലീനമായിരുന്ന ഗണിതസിദ്ധി കണ്ടെത്തുകയും പരിപോഷിപ്പിക്കുകയും ചെയ്തത്. ഇവർ രണ്ടു പേരുടെയും പേരിൽ അറിയപ്പെടുന്ന

സംഖ്യകളാണ് ഹാർഡി -രാമാനുജൻ നമ്പറുകൾ. ഹാർഡി സംഖ്യാ തത്വവുമായി ബന്ധപ്പെട്ടു 'Some famous problems of the theory of numbers.' എന്ന പുസ്തകം എഴുതിയിട്ടുണ്ട്.

ഹാർഡി- രാമാനുജൻ സംഖ്യയുമായി ബന്ധപ്പെട്ട് രസകരമായ ഒരു സംഭവകഥയുണ്ട്.

'The man who knew infinite' എന്ന പേരിൽ രാമാനുജത്തിന്റെ ജീവചരിത്രമെഴുതിയ റോബർട്ട് കണൈജിൽ (Robert Knaigel) എഴുതിയ വിവരണം താഴെ വിവരിക്കുന്ന പോലെയാണ്.

G. H. ഹാർഡി ഒരു ടാക്സി കാറിൽ രാമാനുജത്തെ കാണാൻ എത്തുന്നു. കാറിന്റെ നമ്പർ 1729 എന്നായിരുന്നു. ആരാണെങ്കിലും ഒരു പ്രത്യേകതയും ഇല്ലാത്ത നമ്പർ എന്നു മാത്രമേ കരുതുകയുള്ളൂ. രാമാനുജൻ ഹാർഡിയോട് പറഞ്ഞു. ഇതു നിസ്സാര നമ്പർ അല്ല. ഇതൊരു ഹാർഡി -രാമാനുജൻ സംഖ്യയാണ്. '

എന്താണ് ഹാർഡി -രാമാനുജൻ സംഖ്യ? രണ്ടു സംഖ്യകളുടെ ക്യൂബുകൾ സങ്കലനം (Addition) ചെയ്തു കിട്ടുന്ന സംഖ്യയാണ് ഇത്.

1729 എന്നത് 10 ന്റെയും 9 ന്റെയും ക്യൂബുകൾ (N^3) കൂട്ടിക്കിട്ടുന്ന സംഖ്യയാണ്. (10 ന്റെ ക്യൂബ് 1000, 9 ന്റെ ക്യൂബ് 729)

അതു പോലെ 12 ന്റെ ക്യൂബ് 1728, 1 ന്റെ ക്യൂബ് 1, രണ്ടും കൂടി കൂട്ടിയാൽ 1729.

ഇത്തരത്തിലുള്ള രസകരമായ സംഭവങ്ങൾ എന്നെന്നും ഓർക്കാൻ എളുപ്പമാണ്.

രാമാനുജന്റെ സംഖ്യകളിലുള്ള താല്പര്യം, അദ്ദേഹത്തിന്റെ സംഖ്യകളുടെ വിഭജനത്തെപ്പറ്റിയുള്ള (Partition) പഠനത്തിൽ നിന്ന് വ്യക്തമാകുന്നു.

വളരെ ചുറുപ്പത്തിൽ ഉണ്ടായ രാമാനുജന്റെ അന്ത്യത്തിൽ (32 വയസ്സിൽ) വിഷമിക്കാനെ നമ്മൾക്ക് കഴിയൂ. അദ്ദേഹത്തിന്റെ ജീവിതം തുടർന്നിരുന്നുവെങ്കിൽ ഗണിതത്തിന്റെ ചരിത്രത്തിൽ തന്നെ മറ്റു ചില അത്ഭുതങ്ങൾ സംഭവിക്കുമായിരുന്നു. അതുല്യമായ സംഭാവനകളാണ് സംഖ്യാ സിദ്ധാന്തത്തിൽ ഹാർഡിയിൽ നിന്നും രാമാനുജത്തിൽ നിന്നും ഉണ്ടായിട്ടുള്ളത്

അനന്തത്തെ മനസ്സിലാക്കിയ രാമാനുജൻ

ആധുനിക ഭാരതത്തിലെ ഏറ്റവും പ്രശസ്തനായ ഗണിതജ്ഞനായിരുന്നു ശ്രീനിവാസ രാമാനുജൻ. രാമാനുജൻ 1887-ൽ തമിഴ് നാട്ടിലെ

ഈറോഡിൽ ജനിച്ച തുണിക്കടയിലെ കണക്കെഴുത്തുകാരനായിരുന്നു പിതാവ്. രാമാനുജന്റെ ചെറുപ്രായം, സാമ്പത്തികമായി വളരെയധികം ബുദ്ധിമുട്ടുള്ളതായിരുന്നു.

പ്രൈമറി ക്ലാസ്സുകളിൽ തന്നെ രാമാനുജൻ ഗണിതത്തിൽ മികവ് കാണിച്ചിരുന്നു. ഒരേ സംഖ്യയെ അതേ സംഖ്യ കൊണ്ടു ഹരണം ചെയ്താൽ ഒന്ന് ഉത്തരം ലഭിക്കുമെന്നതിനുള്ള വിശദീകരണം തൃപ്തിയായി തോന്നിയില്ല. അതു പോലെ തന്നെ പത്തു പഴം പത്തു പേർക്ക് വീതിച്ചാൽ ഒന്നു ലഭിക്കുമെന്നതും. ശ്രീനിവാസ രാമാനുജന്റെ ചോദ്യമിതായിരുന്നു

'അങ്ങനെയെങ്കിൽ 0 പഴം 0 പേർക്ക് വീതിച്ചാൽ ഒന്നു ലഭിക്കേണ്ടതല്ലേ? '

ഇത്തരം ചോദ്യങ്ങളിലൂടെ ആയിരിക്കും അനന്തത്തെപറ്റിയുള്ള വിശദീകരണങ്ങളിൽ രാമാനുജൻ എത്തിച്ചേർന്നത്.

മോശമായ സാമ്പത്തിക സ്ഥിതി മൂലം രാമാനുജന് പഠനം തുടരുക പലപ്പോഴും ബുദ്ധിമുട്ടായിരുന്നു. പഠനകാര്യത്തിൽ പലരിൽ നിന്നും സഹായം ലഭിച്ചതു മൂലമാണ് അദ്ദേഹത്തിനു പഠനം തുടരാൻ കഴിഞ്ഞത്.

സ്കോളർഷിപ്പോടെ ഉപരിപഠനത്തിന് ലണ്ടനിലെത്തിയ രാമാനുജന് ഹാർഡിയിൽ നിന്നും ലിറ്റിൽ വുഡ്സിൽ നിന്നുമാണ് വേണ്ട സഹായങ്ങൾ ലഭിച്ചത്. വാസ്തവത്തിൽ ഹാർഡിയാണ് രാമാനുജനിൽ അന്തർലീനമായ കഴിവുകൾ ജാണ്ടെത്തുന്നത്.

1976 ൽ കേംബ്രിഡ്ജ് സർവകലാശാലയിലെ ഒരു ഗ്രന്ഥലയത്തിൽ രാമാനുജന്റെ ചില കുറിപ്പുകൾ പരിശോധിക്കവേ മദ്രാസിൽ തന്റെ ജീവിതത്തിന്റെ അവസാനകാലങ്ങളിൽ രാമാനുജൻ എഴുതിയ 140 പേജോളം വരുന്ന കടലാസുകൾ കണ്ടെത്തുന്നു. 'രാമാനുജന്റെ നഷ്ടപ്പെട്ട നോട്ട്ബുക് ' എന്നറിയപ്പെടുന്ന കുറിപ്പുകളെക്കുറിച്ച് റീചാർഡ് ആസ്കി പറയുന്നത് ശ്രദ്ധിക്കു

'മരിച്ചുകൊണ്ടിരുന്ന അവസാനവർഷം കൊണ്ട് അദ്ദേഹം ചെയ്ത ജോലി, അസാമാന്യമാം വിധം മഹാനായ ശാസ്ത്രജ്ഞൻ ജീവിതകാലം മുഴുവൻ എടുത്തു ചെയ്യുന്ന ജോലിക്ക് തുല്യമാണ് '

ഈ 'Last notebook' ലെ വിവരണങ്ങൾ ആധുനിക ഭൗതികത്തിലെ 'സൂപ്പർ സ്ട്രിങ് ' സിദ്ധാന്തത്തിന്റെ സൃഷ്ടിക്കു പോലും സഹായിക്കുന്ന വിധത്തിൽ മികച്ച സംഭാവനകൾ നൽകിയിട്ടുണ്ട്. 1914-ൽ രാമാനുജൻ തയ്യാറാക്കിയ 'മോഡുലർ സമവാക്യങ്ങളും π യുടെ

ഏകദേശനവും 'എന്ന പ്രബന്ധത്തിൽ വിവരിക്കുന്ന മാർഗ്ഗം π യുടെ വില നിർണ്ണയിക്കുവാൻ മികച്ച മാർഗ്ഗമായി അടുത്ത കാലം വരെ ഉപയോഗിച്ചിരുന്നു.

രാമാനുജൻ ഗണിതത്തിൽ ഏറ്റവും മോഹിപ്പിക്കുന്നത് അദ്ദേഹത്തിന്റെ ഗണിത സമ്പ്രദായമാണെന്ന് ഡോ. ജോർജ് ഗീവർഗീസ് ജോസഫ് അടക്കം പലരും ചൂണ്ടികാണിച്ചിട്ടുണ്ട്.

വെറും മുപ്പത്തിരണ്ടു വയസ്സ് വരെ മാത്രം ജീവിച്ചിരുന്നിട്ടും ഭാരതത്തിലെ ഏറ്റവും മികച്ച ഗണിതശാസ്ത്ര പണ്ഡിതനായി രാമാനുജൻ ഉയർന്നു. കൂടുതൽ കാലം ജീവിച്ചിരുന്നെങ്കിൽ ഗണിതത്തിന് വളരെ കൂടുതൽ സംഭാവനകൾ അദ്ദേഹത്തിൽ നിന്നും ഉണ്ടാകുമായിരുന്നു

ആദരമാക്കിയ പുസ്തകങ്ങൾ

1) Brief history of Mathematical Thought by Luke Heaton (Robinson Pub)
2) Conception of Zero by Despande (NBT)
3) abqcminJ by George Gheevarghese Joseph (കേരള ഭാഷ ഇൻസ്റ്റിറ്റ്യൂട്ട്)
4) Asimov on Numbers by Issac Asimov
5) What is Mathematics by Balakrishna Shetty (NBT)
6) Science in ancient india (Reality versus Myth) by Breakthrough science soceity)
7) Algebra can be fun - Y. I. Perilman (MIR)
8) Passage to Infinity(അനന്തതയിലേക്കുള്ള പാത) by George Gheevarghese Joseph

www.ingramcontent.com/pod-product-compliance
Lightning Source LLC
LaVergne TN
LVHW040753051026
849519LV00007BA/2534
* 9 7 8 9 3 5 5 1 7 1 1 8 4 *